हॅपिनेस हॅपन्स

आनंद... त्यांच्यासाठी ज्यांच्याकडे सर्वकाही आहे

रॉबिन सिंह

अनुवाद : रोहित वाळिंबे

सकाळ प्रकाशन

सकाळ प्रकाशन

Happiness Happens

© **2025,** Robin Singh

First published by Penguin Random House India Pvt. Ltd.

हॅपिनेस हॅपन्स

२०२५, रॉबिन सिंह

प्रथम आवृत्ती	:	ऑक्टोबर, २०२५
प्रकाशक	:	सकाळ मीडिया प्रा. लि. ५९५, बुधवार पेठ, पुणे ४११ ००२
अनुवाद	:	रोहित वाळिंबे
मुखपृष्ठ	:	नीरज नाथ
मांडणी	:	अपूर्वा सेलूकर
ISBN	:	978-93-49487-34-5
संपर्क	:	९८८१५ ९८८१५ / ८८८८८ ४९०५० sakalprakashan@esakal.com

माझ्या बेधुंदपणात माझा
तोल सांभाळून ठेवणाऱ्या शिवानीस...

अनुक्रमणिका

प्रकरण ०

तुम्ही

हजार जणांनी वाचलेले एक पुस्तक म्हणजे वेगवेगळी हजार पुस्तके

-आंद्रेई तार्कोव्स्की

मी जर या प्रकरणाला पुस्तकाची 'प्रस्तावना' म्हटलं असतं, तर कदाचित तुम्ही हे वाचायचं टाळलं असतं. मीसुद्धा वेळ वाचवण्यासाठी अनेकदा असंच करतो; पण जर तुम्ही हे प्रकरण वगळून उरलेलं पुस्तक वाचलं तर, कदाचित तुमचा अधिक वेळ जाण्याची शक्यता आहे. कारण उरलेलं पुस्तक वाचून तुम्हाला असं वाटू शकेल की, हे आपण वाचलं नसतं तरी चाललं असतं.

मला कधीच अशा परिस्थितीत अडकायला आवडत नाही, ज्यात मी स्वतःसुद्धा स्वतःची मदत करू शकत नाही किंवा मी इतरांना मदत करू शकत नाही. त्यामुळे इतरांच्या बाबतीतही असं घडू नये; त्यांचा वेळ आणि ऊर्जा वाया जाऊ नये, असंच मला वाटतं.

तीन प्रकारच्या परिस्थितीत पुस्तक वाचणे हितकारक

१. तुम्ही जर दुःखी असाल, विमनस्क असाल किंवा तुमच्या मनात आत्महत्येचे विचार येत असतील.

२. तुम्ही तुमचं काम चांगल्या पद्धतीने करत असाल किंवा करू इच्छित असाल आणि त्यासाठी तुम्हाला अजून मार्गदर्शनाची गरज असेल.

३. तुम्ही हे पुस्तक न वाचता, सोशल मीडियावर येणाऱ्या 'न्यूज फीड' पाहण्यातच वेळ घालवत असाल.

'अमुक एका पद्धतीनेच जगा,' हे पटवून देण्यासाठी मी हे पुस्तक मुळीच लिहीत नाही. मात्र, आयुष्यात कुठेतरी काहीतरी चुकत आहे याची ज्यांना जाणीव झाली आहे; आणि त्या जाणिवेतून केवळ अरण्यरुदन न करता, असाच अनुभव इतर कोणी घेतला आहे का? आणि यातून बाहेर पडण्यासाठी त्यांच्याकडून काही

शिकता येईल का? याचा जे शोध घेत आहेत; त्यांच्यासाठी मी हे पुस्तक लिहीत आहे.

समजा, मीसुद्धा अशाच परिस्थितीतून जात असतो तर, मला कोणतं पुस्तक वाचून लाभ झाला असता, असा विचार करून एका मार्गदर्शिकेप्रमाणे मी हे पुस्तक लिहिलं आहे. त्यामुळे मी लेखन करताना एखादी संकल्पना नेमकेपणे मांडण्यासाठी शब्द आणि वाक्यांची निवड केली आहे, शब्दसौष्ठव दाखवण्यासाठी नाही.

आता आपल्याला या पुस्तकाचा प्रतिपाद्य विषय समजला आहे; पण हे पुस्तक लिहिण्यासाठी माझ्याकडे कोणती पात्रता आहेत? तर, मीही दुःखी होतो, विमनस्क होतो आणि आत्महत्येचादेखील प्रयत्न केला आहे. आता मात्र मला 'माझे मी पण गवसले आहे, मी आनंदी आहे आणि मला भरभरून जगायचं आहे.'

मला जर कोणी विचारलं की, 'आयुष्य म्हणजे काय? किंवा आयुष्य आहेच कशासाठी?'

तर, याचं उत्तर माझ्याकडे नाही. मात्र, मी तुम्हाला एवढं नक्की सांगू शकेन की, आयुष्य कशा पद्धतीने जगायचं याबाबतचा माझा पर्याय मी निवडला आहे.

मी आयुष्यात ध्येयविहीन राहण्यापासून ते एक ध्येय निश्चित करणं आणि ते गाठणं असा प्रवास केला आहे. एवढं करूनही पूर्वी कधीच अनुभवलं नव्हतं, तेवढं असंतुष्टपण मी अनुभवलं आहे. त्यातूनच माझा आनंद शोधण्याचा प्रवास सुरू झाला आहे. मला आनंद काही मिळाला नाही; मग मी आनंदाचा शोध घेण्याऐवजी कारणाचा शोध घेऊ लागलो.

तुम्ही जेव्हा हे वाचाल तेव्हा, मी कोणी 'जगाच्या कल्याणासाठी...' या श्रेणीतला आहे, असा समज मुळीच करून घेऊ नका. मी असा नाही, याचं कारण म्हणजे मला असं वाटतं की, हे शक्य नाही. असं म्हणण्यामागील कारण म्हणजे, आपल्या उद्योगाभिमुख जगात टिकून राहण्यासाठी अमर्याद विकास हवा आहे; पण ज्या ग्रहावर आपण राहत आहोत, तेथील स्रोत हे मर्यादित असल्याने ही अपेक्षा विसंगत आहे. त्यातच परिस्थिती अधिक हाताबाहेर जाण्यासाठी भर म्हणजे आपली कधीही न भागणारी मनोरंजनाची भूक; आपल्यापैकी बहुतांश जणांना या पृथ्वीच्या विनाशाचे साक्षीदार बनवत आहे.

असं असलं तरीही, जोपर्यंत जगबुडी होत नाही, तोपर्यंत मी सक्रियपणे माझ्या भोवतालच्या व्यक्तींशी चांगलं वागण्याचा प्रयत्न करत राहणार आहे. त्यासाठी मी काही विशिष्ट जीवनशैली आत्मसात केलेली नाही किंवा मी माझ्या रोजच्या

दिनक्रमामध्ये या भोवतालच्या लोकांशी आवर्जून हसून बोलतो किंवा त्यांना नियमित अभिवादन करतो, असेही नाही.

मात्र, मी त्या लोकांना मदत करण्याचा प्रयत्न करतो, जे असाहाय्यपणे वेदना सहन करत आहेत आणि स्वप्रयत्नाने ते त्यातून बाहेर पडू शकत नाहीत. म्हणूनच मी प्राण्यांसाठी 'निवारा केंद्र' चालवतो, कारण त्यांनाही माणसांसारखा जीव आहेच की! माझं हे म्हणणं तुम्हाला अधिक समजून घ्यायचं असेल तर, तुम्हाला याची जाणीव व्हायला हवी की, त्यांनाही आपल्यासारखी तहान-भूक लागते, आपल्यासारख्याच त्यांनाही वेदना होतात. तेही त्यांचे मित्र किंवा त्यांच्या कुटुंबीयांच्या वियोगाने शोकाकुल होतात.

याचच अर्थ असा की, मी काही लेखक नाही. हे माझं पहिलं आणि कदाचित अखेरचं पुस्तक असेल. मी जे काही शिकलो आहे आणि ज्याचा लाभ इतरांनाही होईल, त्या सर्वांचं 'सार' या पुस्तकाच्या अखेरच्या तीन प्रकरणांमध्ये दिलं आहे. त्या पूर्वीची प्रकरणं म्हणजे माझा जीवन प्रवास आहे, ज्या आधारे मी अखेरच्या तीन प्रकरणांत काही निष्कर्ष मांडले आहेत.

माझ्या अनुभवांपैकी काही अनुभव तुम्हाला आपलेसे वाटतील तर, काही अनुभव वाटणार नाहीत. माझे काही विचार हे तुम्ही जसा विचार करता अगदी तसेच असतील. तर काही तुम्हाला आक्षेपार्हदेखील वाटू शकतात. मी सांगितल्यापैकी काही गोष्टींमुळे तुमच्या मनात कुतूहल निर्माण होऊ शकेल, तर काही गोष्टी कदाचित तुम्हाला अतिशयोक्ती वाटू शकतील. त्यामुळे यातील जो भाग तुम्हाला आवडेल तो घ्या आणि जो आवडणार नाही तो सोडून द्या.

प्रकरण १

मी

मला मुक्त व्हायचे आहे

- जॉन डिकन

पहिलीच किंवा अखेरचीही वेळ सप्टेंबर २०१० नव्हती, जेव्हा मला आत्महत्या करावीशी वाटली. १९९७मध्ये पहिल्यांदा माझ्या मनात हा विचार आला होता. तेव्हा मी अवघ्या १७ वर्षांचा होतो. माझ्या आईमुळे, माझ्या मनात हा विचार आला होता.

नियतीने तिच्यावर कायमच अन्याय केला. फाळणीच्यावेळी उसळलेल्या दंगलीमध्ये तिने १९४७मध्ये तिच्या वडिलांना गमावलं. तिच्या कुटुंबानेही सर्व काही गमावलं होतं. त्यानंतर गावी, तिच्या आईने एकटीनेच तिचा सांभाळ केला. पुढे तिने मुलीला जन्म दिल्यानंतर तिच्या पहिल्या नवऱ्याने तिला सोडून दिलं. तिने पुन्हा लग्न केलं, कारण जशी ती वडिलांविना वाढली होती, तसं तिच्या मुलीच्या बाबतीत होऊ नये, असं तिला वाटत होतं. मात्र, तिच्या दुसऱ्या लग्नाने तिचा अधिकच भ्रमनिरास केला आणि तिला संभ्रमित करून टाकलं. तिच्या दुसऱ्या लग्नातून जन्माला आलेलं अपत्य म्हणजे मी. माझा जन्म म्हणजे तिला नैराशेच्या गर्तेत झोकून देणारा शेवटचा धक्का ठरला आणि तिचं आयुष्य आणखी कठीण झालं.

यातून आयुष्य सावरण्यासाठी ती सर्वच गोष्टींवर नियंत्रण ठेवण्याचा प्रयत्न करायची. त्यामुळे कधी जर एखादी गोष्ट तिला हवी तशी झाली नाही, तर तिचा संताप व्हायचा. कोणत्याही गोष्टीमुळे तिचा पारा चढत असे. कॉल लवकर घेतला तरी किंवा कॉल घ्यायला उशीर झाला तरीही; एखाद्या गोष्टीची तिला आठवण करून दिली नाही तरी किंवा आठवण करून दिली तरीही तिला ते आवडत नसे.

एखादं वादळ जसं हळूहळू मोठं होत जातं तसं, भावनिकदृष्ट्या कोलमडून पडत डोळ्यांच्या कडा पाणावणे ते अखेर हुंदका अनावर होऊन रडू कोसळणे, असं तिच्या बाबतीत होत असेल, असं अजिबात वाटून घेऊ नका.

त्याउलट अशी कल्पना करा की, जशी त्सुनामीची मोठी लाट अचानक येते किंवा 'द एक्सॉर्सिझम ऑफ एमिली रोझ' या चित्रपटातल्या भूतबाध झालेल्या 'एमिली' या नायिकेची अवस्था डोळ्यांसमोर आणा. तसंच काही तिच्या बाबतीत होई. आणि अशाही अवस्थेत, तिच्या आयुष्यातील सगळ्यांत वाईट काळ सुरू व्हायला माझा जन्म कारणीभूत आहे, याची मला आठवण करून द्यायला ती विसरत नसे.

मी तिला सतत यावरून डिवचून, तर कधी तिला आनंदी ठेवण्याचा प्रयत्न करून थकलो होतो. तिची राग व्यक्त करण्यासाठीची, भावनिक मार सहन करणारी 'पंचिंग बॅग' बनून थकलो होतो. यापेक्षाही सर्वांत महत्त्वाची गोष्ट म्हणजे, एखाद्या निसरड्या रस्त्यावरून जसं सतत सावधपणे चालावं लागतं, तसं तिच्या भावनिक उद्रेकाच्या भीतीने सतत सावध राहाणं, मला अशक्य झालं होतं.

तिच्या वाईट भूतकाळाचा तिच्या वर्तमानातील वागण्यावर परिणाम होत आहे, हे मला समजत होतं; पण तरीही मी तिच्या या वागण्याला तिचा भूतकाळ जबाबदार आहे, असं स्वतःला कधीच पूर्णपणे पटवून देऊ शकलो नाही. त्यासाठी तिला माफ करू शकलो नाही. आणि या जाणिवेमुळे, माझ्या मनात तिच्याविषयी असणारा रागही मला नियंत्रित करता आला नाही.

अशाच एका संतापाच्या आणि उद्वेगाच्या प्रसंगी मी कीटकनाशक पिऊन जीवन संपवण्याचा अयशस्वी प्रयत्न केला होता. त्यानंतर दवाखान्यात नेऊन माझं पोट साफ करण्यात आलं. काही काळ मी कोमातही होतो; पण नंतर मी बरा झालो. याबद्दल मी आणि माझ्या आई-बाबांनी कधीच चर्चा केली नाही, कारण आम्ही कोणत्या नरकात जगत होतो, त्याची त्यांना कल्पना होती.

या घटनेनंतर दहा वर्षांहून अधिक काळ उलटला, तेव्हा परिस्थिती वेगळी होती. मी आईपासून खूप दूर, अमेरिकेतील ॲरिझोनामधल्या 'टक्सन' नावाच्या शांत शहरात राहात होतो. माझ्या मनात कोणताही राग नव्हता, मी उद्विग्न किंवा निराश नव्हतो, मला कोणतीही तीव्र वेदना होत नव्हती, ना मी आर्थिक कर्जात बुडालो होतो, ना कुठल्या अडचणीत होतो. याउलट माझ्या आयुष्यात मला हव्या असणाऱ्या किंवा त्यापेक्षा अधिक गोष्टी होत्या; पण तरीही मी आनंदी नव्हतो.

एका ई-मेलने, २००१मध्ये चुकीच्या लिहिल्या गेलेल्या अशा काही घटनांची मालिका सुरू झाली, ज्या मालिकेचा शेवट मला सप्टेंबर २००३मध्ये अमेरिकेत घेऊन आला.

मी एक 'फ्री-लान्स वेब डेव्हलपर' म्हणून काम करत होतो, आणि त्याआधी मी हॅकरही होतो, दोन्ही कामं गरजेपोटीच करत होतो. मी पहिल्यांदा १९९७मध्ये इंटरनेटचा वापर केला. त्यावेळी भारतात इंटरनेट अगदीच प्राथमिक अवस्थेत होतं. त्याकाळात इंटरनेट वापरण्यासाठी फोन-लाईन गरजेची असायची. ती सर्व्हरला जोडण्यासाठी डायल-अप करावं लागे. तसेच तुमच्याकडे 'युजरनेम' आणि पासवर्ड असलेलं एक अकाउंट असणं गरजेचं होतं, ज्यामुळे तुम्हाला मर्यादित तासांपर्यंत इंटरनेट वापरता येई. ही अकाउंट तेव्हा सहज उपलब्ध होत नसत, ती महागडी आणि दुर्मीळ होती. मी हॅकिंगच्या क्षेत्रात पाऊल टाकलं, तेही इंटरनेट अकाउंट मिळवण्यासाठीच. अशी अकाउंट जी खरंतर माझी नव्हतीच. अकाउंट मिळवण्याच्या अशाच एका प्रयत्नात मी पकडलो गेलो. ज्याने मला पकडलं, तो मुलगा माझ्यापेक्षा फार मोठा नव्हता; पण त्याला पैसे मिळवण्याबद्दल खूप काही माहीत होतं. त्याने मला आऊटसोर्सिंग या संकल्पनेची ओळख करून दिली.

अमेरिकेतील लोकांसाठी भारतातून काम करायचं आणि मोबदला डॉलरमध्ये मिळणार, तोही भारतात. काय भन्नाट कल्पना होती ती! आणि इथूनच माझ्या फ्रीलान्सिंग करिअरची सुरुवात झाली.

मी कामाच्या शोधात अशा व्यक्तींशी संपर्क साधत होतो, ज्यांनी मला पूर्वी काम दिलं होतं. असंच एकदा अनावधनाने मी चुकून brint.comऐवजी brink.comवर ई-मेल पाठवला. brint.com ही एक अशी ई-बिझनेस कंपनी होती जी, व्यवसायांना ऑनलाईन येण्यासाठी मदत करत असे. तर, या चुकीच्या पत्त्यावर पाठवलेल्या ई-मेलमुळे डॅनी नावाच्या एका व्यक्तीशी माझी ओळख झाली. हा डॅनी टक्सन, ॲरिझोना इथं राहात होता.

हा पूर्वी रॉक संगीतकार आणि चित्रपट निर्माता होता; पण तो काहीकाळ अमलीपदार्थांच्या आहारी गेला होता. आता आयुष्यात गमावलेला वेळ भरून काढण्याचा तो प्रयत्न करत होता. ज्याला आपण त्या काळात 'न्यू मिडिया' म्हणायचो, अशा क्षेत्रात तो काम करत होता. जेव्हा माझी त्याच्याशी सायबरस्पेसमध्ये ओळख झाली, तेव्हा तो हॉलिवूड अभिनेता केविन स्पेसीसाठी एक वेबसाईट तयार करत होता. हेच माझं त्याच्यासोबतचं पहिलं प्रोजेक्ट ठरलं.

माझं तोडकं-मोडकं इंग्रजी, अत्यंत धीम्या गतीने चालणारं इंटरनेट आणि सुमारे साडेबारा तासांचा वेळेचा फरक हे सहन केल्यानंतर अखेर गोष्टी अधिक सोप्या करण्यासाठी तो मला अमेरिकेत घेऊन आला.

पण माझ्यासाठी मात्र गोष्टी अवघड होऊन बसल्या होत्या. त्यात ती एक नोकरी होती, तिचं स्वरूप फ्रीलान्स कामापेक्षा खूपच वेगळं होतं. मला केवळ आठवड्यातले ठरावीक तास काम करावं लागे, इतकाच हा मुद्दा नव्हता; तर 'फ्री-लान्स'ऐवजी ९ ते ५ या वेळात काम करावं, लागणाऱ्या नोकरीत मी अडकून पडलो होतो. जे स्वातंत्र्य मी गमावून बसलो होतो, त्याची किंमत मला त्यापूर्वी कधीच जाणवली नसेल, इतकी जाणवत होती.

बक्कळ पैसा कमवावा असं मला कधीच वाटलं नाही. फक्त, राहण्यासाठी एक जागा असावी, अमुक ठिकाणाहून तमुक ठिकाणी जाण्यासाठी गाडी असावी, बाहेर खायला गेल्यावर मेन्यू कार्डमधील अन्नपदार्थांपुढील किमती न पाहता पोटभर खाता यावं, एवढ्याच माझ्या अपेक्षा होत्या.

जी नोकरी मी करत होतो, तिथं मला खूप पैसे मिळत होते असं नाही; पण ज्याची मी स्वप्नं पाहात होतो, ती खिशाला परवडणारी जीवनशैली मी नक्कीच जगू शकत होतो.

आम्ही डॅनीच्या ऑफिसपासून काही अंतरावरच एक आटोपशीर पण छानशी जागा भाडेतत्त्वावर राहायला घेतली. एक जुनी 'होंडा सिव्हिक' कार विकत घेतली, आणि जिथं आम्ही खायला जात होतो; ते स्वस्त मॅक्सिकन हॉटेल आम्हाला परवडत होतं.

मला ही सर्व रचना फार आवडली होती. पण मला ही खिशाला परवडणारी जीवनशैली माझ्या आयुष्यातील तास न विकता, खर्ची न घालता मला हवी होती. मात्र, ती जीवनशैली जगण्यासाठी सातत्याने केवळ कामच करा, असं मला नको होतं.

आयुष्यात मी पहिल्यांदाच असं ध्येय निश्चित केलं होतं; जे, 'अभ्यास कर, नोकरी मिळव, लग्न कर, स्थिरस्थावर हो, मुलं-बाळ जन्माला घाल, आणि त्यांनाही यात चौकटीत बसव' या वडिलांकडून मिळणाऱ्या मध्यमवर्गीय पिढीजात वारशापेक्षा वेगळं होतं. नंतर कधी तरी मला कळलं की, जे ध्येय गाठायचं मी निश्चित केलं होतं, त्याला 'आर्थिक स्वातंत्र्य' असं म्हणतात; पण त्या आधी मात्र मला इतकंच माहीत होतं की, माझा वेळ मी कसा खर्ची घालायचा यावर पूर्णपणे माझाच अधिकार असेल. मला माहीत नाही की, मी तो वेळ कसा घालवेन; पण मला स्वातंत्र्य हवं होतं. मग भलेही मी एक झाड लावून, ते कसं वाढतं हे बघत बसेन.

आयुष्यात २४ तास पूर्ण मोकळं राहायचं, मग भलेही त्यावेळात मी काही करेन अथवा नाही. हे ध्येय साध्य करण्याचा निर्णय हा माझ्या आयुष्यातील त्या

तीन जाणीवपूर्वक घेतलेल्या निर्णयांपैकी एक आहे, ज्यामुळे आज मी इथं आहे. माझ्या आयुष्यातील ते निर्णय काय होते, याचीच कथा पुढील काही प्रकरणांमध्ये सांगितली आहे; पण त्या आधी माझी थोडी पार्श्वभूमी जाणून घेणं तुमच्यासाठी उपयुक्त ठरेल.

अनौपचारिक परिचय

माझं नाव 'रॉबिन' आणि मी सध्या हिमालयाच्या पायथ्याशी वसलेल्या 'धनोटू' नावाच्या एका छोट्याशा गावात एक संस्था चालवतो जी प्राण्यांचे संरक्षण करते आणि प्राण्यांबाबत जनजागृती करते. प्राण्यांवर माझं प्रेम आहे म्हणून ही संस्था मी चालवतो असं म्हणण्यापेक्षा, मला स्वतःला दुःख भोगायला आवडत नाही आणि इतरांनाही दुःख भोगायला लागू नये असं मला वाटतं. दुःख कमी करण्यासाठी काहीतरी करावं, अशी स्वप्न मी लहानपणी अजिबात पाहिले नव्हती. किंबहुना माझं बालपण कुठल्याही मोठ्या स्वप्नांनी भारलेलं नव्हतं.

मला फक्त आनंदी व्हायचं होतं आणि हाच आनंद शोधण्याचा प्रवास, आज मी जे करतो आहे तिथवर मला घेऊन आला आहे.

हे पुस्तक माझ्याबाबत घडलेल्या गोष्टींबद्दल आहे. मी काय केलं याबद्दल नाही. मात्र, कधीतरी गोष्ट पुढे नेण्यासाठी मी काय केलं याचाही उल्लेख ओघाने येईल.

माझ्या आयुष्यात मी जे काही केलं, त्याचं श्रेय मी स्वतः घेऊ शकत नाही. माझा असा ठाम विश्वास आहे की, आपल्या आयुष्यात बहुतांश गोष्टी या 'घडतात.' आपलं छोटसं कर्तृत्व म्हणजे निर्माण झालेल्या एखाद्या परिस्थितीला आपण कशा पद्धतीने प्रतिक्रिया देतो ते.

आपल्या जीवनाला आकार देणारे अनेक महत्त्वाचे निर्णय, जसं की आपण कुठं मोठे होणार, कुठल्या शाळेत जाणार, आपल्याला कशा प्रकारची पुस्तकं आणि साधने मिळणार, या सर्वांबाबत आपण निणर्य घेऊ शकतोच असं नाही.

याचा अर्थ मला असंही म्हणायचं नाही की, आपल्या निर्णयांना काहीच अर्थ नाही. आपण एखाद्या मृत माशाप्रमाणे प्रवाहाबरोबर वाहत जावं; आणि आयुष्य म्हणजे सुदैव आणि दुर्दैव या घटनांची मालिका आहे; ज्यावर आपलं नियंत्रण असू शकत नाही. माझं फक्त एवढंच म्हणणं आहे की, आपला निर्णय म्हणजे त्या अनेक घटकांपैकी एक घटक असतो. हा एकमेव असा घटक आहे, ज्यावर आपलं

थोडंफार नियंत्रण असतं आणि त्यामुळेच तो महत्त्वाचा ठरतो.

गोष्टी जशा घडल्या तशाच मी तुम्हाला सांगणार आहे. आयुष्यातील प्रश्नांवर मी शोधलेले उपाय आणि ते उपाय मिळावेत, यासाठी विचारलेले प्रश्न, मी सांगणार आहे. मी हा प्रवास सांगत असताना तुम्हाला तो अगदी साधा-सरळ वाटला, तरी तो फार क्वचितच असा आहे. मुख्य मुद्द्यापासून लक्ष विचलित होऊ नये म्हणून, मी मुद्दामच वैयक्तिक तपशील कमीत कमी दिले आहेत.

इतिहासाचा धावता आढावा (१९९१–२०१०)

तुम्ही हा भाग वगळू शकता. मीसुद्धा हा भाग वगळणार होतो; पण मग असं वाटलं की, काही वाचकांना, हा एकुलता एक मुलगा ते हॅकर ते ॲरिझोनामधील टक्सन इथं एक टेक कंपनी चालवणारा माणूस, या प्रवासाबद्दल कुतूहल असू शकेल.

आयुष्य म्हणजे एक-एक पाऊल पुढे टाकत चालत राहाणं. माझे पालक सतत भांडत असायचे; सर्वसामान्य मध्यमवर्गीय कुटुंबापेक्षा खूप जास्त. मुख्यतः माझी आई; पण मी पालक म्हणतो कारण तिच्या एकटीकडेच अंगुलिनिर्देश करणं थोडं अन्यायकारक वाटतं. कारण तिच्या वागण्याची मुळे तिच्या भूतकाळाशी जोडलेली होती आणि माझे वडीलही काही अंशी त्याला कारणीभूत होते.

तिची मन:स्थिती जेव्हा चांगली असे, जी फार क्वचितच असायची, तेव्हा ती आम्हाला 'जिब्रान' आणि 'गालिब' वाचून दाखवायची आणि समजावून सांगायची. ती बुद्ध आणि कृष्णाच्या गोष्टी सांगायची. गांधी आणि विवेकानंद यांच्याबद्दल बोलायची. 'सद्गुण' आणि 'त्याग' हे गुण तिच्या माहेरकडच्या लोकांमध्ये कसे मुरले होते आणि तिच्या भावाने गांधीजींबरोबर कसा तुरुंगवास भोगला होता, हे ती आम्हाला सांगायची. ती आम्हाला काही तात्विक प्रश्न विचारत असे. ती अत्यंत पुरोगामी विचारांची होती, त्यामुळे कोणत्याही विषयाला बंधन नसे. रस्त्यावरील भटक्या श्वानांना आणि गुरांना खाऊ घालण्यासाठी ती आम्हाला पाठवत असे. खाद्यपदार्थांच्या पाकिटातील उरलेला भुगा, मुंग्यांना खाऊ घालण्यासाठी ती आम्हाला वारुळाजवळ पाठवायची. इतकंच नव्हे तर, नाल्यात पडलेल्या श्वानाच्या पिल्लाला बाहेर काढण्यासाठीसुद्धा ती आम्हाला पाठवून द्यायची.

माझे वडील शास्त्रज्ञ होते, ते अपारंपारिक ऊर्जास्त्रोत विभागात काम करत होते आणि अनेकदा संयुक्त राष्ट्रांच्या विकास कार्यक्रमासाठी त्यांची नेमणूक केली जात

असे. फार मोठी गोष्ट अगदी थोडक्यात सांगायची म्हणजे, आमच्या घरात 'पीसी-एटी २८६' हा वापरात नसलेला एक संगणक होता. आमच्या घरातून सतत येणारे ओरडण्याचे आणि रडण्याचे आवाज यांमुळे मला फार अवघडल्यासारखं होत असे. त्यामुळे मी फारशी कोणाबरोबरही मैत्री केली नाही. कदाचित त्यामुळे मी खूप लहान वयात संगणकामध्ये रस घेऊ लागलो. मला माणसांपेक्षा संगणकच समजायला सोपा वाटू लागला. असो, अधिक विषयांतर नको.

त्याकाळात म्हणजे १९९७ ते १९९८च्या दरम्यान, भारतामध्ये इंटरनेट नुकतंच सुरू झालं होतं. आणि मी माझ्या गरजेसाठी इतरांची इंटरनेट अकाउंट चोरत होतो. माझं हे कृत्य फारसं चांगलं नव्हतं (पण सगळ्यांत वाईटही नव्हतं.); पण एक गोष्ट दुसऱ्या गोष्टीकडे नेत गेली आणि डॅनीची २००१मध्ये ऑनलाइन ओळख झाली. ज्यामुळे मी २००३मध्ये अमेरिकेत स्थलांतर केलं.

आर्थिकदृष्ट्या पूर्ण स्वतंत्र होण्याच्या माझ्या निर्णयातूनच २००३मध्ये मी एक सॉफ्टवेअर तयार केलं. ते सॉफ्टवेअर सहज विकता यावं, म्हणून २००४मध्ये मी एक वेब ॲप तयार केलं. एव्हाना 'डॅनी'मुळे माझी काही संगीतकारांशी ओळख झाली होती. हे संगीतकार त्यांच्या रचनांची विक्री आयट्यून्सच्या माध्यमातून करत होते. त्यातून त्यांना चांगली प्रसिद्धी मिळायची; पण या रचना त्यांना आय-ट्यून्सच्या माध्यमातूनच चाहत्यांना विकाव्या लागायच्या आणि यासाठी आय-ट्यून्सला भरमसाट कमिशन द्यावं लागे. ज्यांना आपली सांगितिक रचना अधिकाधिक लोकापर्यंत पोहोचवायची आहे, त्यांच्यासाठी हा पर्याय चांगला होता. पण मूळातच ज्या संगीतकारांच्या चाहत्यांची संख्या मोठी आहे, अशांना देखील त्यांच्या चाहत्यांना, स्वतःच्याच संगीतिक रचना विकत घेण्यासाठी आयट्यून्सकडे पाठवावे लागे. हे म्हणजे श्वान पाळून वर स्वतःच राखण करायला बसण्यासारखं झालं.

याउलट माझ्या ॲपच्या माध्यमातून कोणालाही, कोणतीही डिजिटल वस्तू थेट आपल्या वेबसाइटवरून आपल्या चाहत्यांना विकण्याची सुविधा उपलब्ध करून देण्यात आली होती. हे वेब-ॲकप हळूहळू एका छोट्याशा टेक्नॉलॉजी कंपनीत रूपांतरित झालं, आणि २०१०पर्यंत ही कंपनी जवळजवळ स्वायत्तपद्धतीने चालू लागली.

प्रकरण २

आनंदी नसणारा मी

'आयुष्यात दोन शोकांतिका असतात....'

- ऑस्कर वाइल्ड

एक म्हणजे आपल्याला जे हवं, ते न मिळणं आणि दुसरी म्हणजे ते मिळणे.

मी २०१०मध्ये ३० वर्षांचा होतो. मी काही फोर्ब्सच्या '३० अंडर ३०'च्या यादीत वगैरे नव्हतो; पण होतो असं समजायलाही काही हरकत नाही. कारण मी 'इंडियन ड्रीम' जगत होतो. मी अमेरिकेमध्ये स्थायिक झालो होतो आणि माझ्या आयुष्यातील माझं प्रेम असलेल्या शिवानीशी लग्न केलं होतं. माझ्या वडिलांना माझा अभिमान वाटत होता. शिवानी आणि माझ्या आवडी-निवडी सारख्या होत्या. आम्हाला ऐतिहासिक परिसर आणि जुनी घरं आवडायची. आम्हाला फिरायला जायला आवडायचं. बोहेमियन कॉफी, रात्री उशिरा गाडीतून फिरायला जाणं, हे सगळे आम्हाला आवडायचं. आमच्यात सर्वसामान्याप्रमाणे भांडणेही होत असत, कधी आमच्या दोघांचे मूड वेगळे असल्याने तर, कधी भावनिकदृष्ट्या प्रगल्भपणे संवाद साधता न आल्याने ती होत असत; पण सर्वसामान्यांपेक्षा वेगळं असं काही होत नसे.

मी खूप मजेत जगत होतो. मला जे हवं ते खात होतो, हवं तिथं जात होतो, नशा करत होतो, रोज दिवसभर व्हिडिओ गेम खेळत होतो, मला अजिबात काम करावं लागत नव्हतं, अखेर मी मुक्त झालो होतो.

यात एकमेव अडचण होती, मी आनंदी नव्हतो.

इथं मला त्या प्रवृत्तीबद्दल बोलायचं जी आपल्यापैकी बहुतांश जणांमध्ये आढळून येते. आपण जेव्हा आनंदी नसतो, तेव्हा आपल्या समोर जी कोणती गोष्ट अपेक्षेप्रमाणे होत नसेल तिला दोष देऊन आपण मोकळे होतो. मी आपल्या देशात असे अनेक पालक पाहिले आहेत, जे त्यांच्या पाल्यांबद्दल समाधानी नसतात. ज्यांची मुलं शाळेत आहेत त्या पालकांना, शाळेतील इतर मुलांच्या तुलनेत त्यांच्या

पाल्याची कामगिरी समाधानकारक वाटत नसते. ज्यांची मुलं मोठी आहेत, त्या पालकांना त्यांची मुलं अजून लग्न करत नाहीत म्हणून किंवा पालकांची पसंत नसलेल्या व्यक्तीशी त्यांच्या मुलांनी लग्न केलं म्हणून ते पालक चिडतात. तर काही पालक, त्यांच्या मुलांनी अद्याप अपत्याचा विचार केला नाही म्हणून चिडतात. अशी असंख्य कारणे आहेत, पण मुळात त्यांना हे मान्यच नाही की, ते आनंदी नाहीत, कारण आनंदी कसं राहायचं हे, ते शिकलेलेच नाहीत.

कोणताही हुशार माणूस गाडी चालवता येत नसताना, गाडीत बसून गाडी चालवायला सुरुवात करून, त्याला योग्य पद्धतीने गाडी चालवता येईल, अशी अपेक्षा करत नाही. पण आपण आपल्या आयुष्यात मात्र, अशाच अपेक्षा करतो आहोत. आपण आयुष्य कसं जगायचं, आनंदी कसं राहायचं हे शिकलेलंच नाही आणि तरीही आपण विचार करतो की, आपण छान जीवन जगू शकू आणि आनंदी राहू शकू.

बाह्य गोष्टीतील दोष दिसणं ही फार सामान्य गोष्ट आहे, पण अंतर्गत स्थितीबाबत किंवा मनाच्या कार्यप्रणाली बाबत (तसेच दोषांबाबत) आपण फारच अनभिज्ञ असतो.

असो.

तर, दोष द्यावा, अशी कोणतीही गोष्ट माझ्याबाबतीत नव्हती. पूर्वापार चालत आलेल्या धारणांनुसार, अपेक्षित असणाऱ्या सर्व गोष्टी मी केल्या होत्या. मी स्वतंत्र होतो. शारीरिकदृष्ट्याही मला कोणतीच अडचण नव्हती. 'व्हिटॅमिन बी-१२' किंवा 'डी-३'ची कमतरता माझ्यात जाणवत नव्हती. पुरेशी झोप होत नाही किंवा माझ्या शरीरात पाण्याची अथवा अन्नाची कमतरता आहे; मी कुपोषित आहे, असं काहीच नव्हतं. असं असूनही मी आनंदी नव्हतो. आणि मी आनंदी नसल्याच्या जाणिवेतून मला आतून आणखी दुःख होत होतं.

या दुःखामुळेच स्वतःला संपवून टाकावं असं मला वाटलं होतं; पण मी भावनांच्या इतकाही आहारी गेलो नव्हतो की, त्या आवेगातून असं काही कृत्य करेन ज्याचा परिणाम माझ्या भोवतालच्या लोकांवरही होऊ शकतो आणि त्याची मला जाणीवच उरणार नाही. त्याऐवजी मी ठरवलं की, आनंदी व्यक्ती कसं व्हायचं हे आपण शिकून घ्यायचं आणि त्यासाठी आधी मला माणूस कसं व्हायचं हे शिकायचं होतं.

प्रकरण ३

स्वल्पशी प्रगती

आयुष्य हे एखाद्या दोलकासारखे वेदना आणि कंटाळा या दोन बिंदूंमध्ये इकडून-तिकडे फिरत असते.

- आर्थर शोपेनहॉवर

आपल्याला एखाद्या क्षेत्रात कुशल कसं व्हायचं याचं प्रशिक्षण मिळतं; पण योग्य व्यक्ती कसं बनायचं याचं मात्र प्रशिक्षण मिळत नाही. कोणीही आपल्याला व्यक्तिमत्त्व विकसनाबद्दल काही शिकवत नाही. आपण जेव्हा एखादं गॅजेट किंवा एखादं यंत्र खरेदी करतो तेव्हा, ते कसं वापरायचं याची मार्गदर्शक पुस्तिका मिळते; अशीच एखादी आपल्याबद्दलची मार्गदर्शक-पुस्तिका मात्र उपलब्ध नाही. मला व्यक्तित्व घडवणारं शिक्षण हवं होतं, त्यामुळे मी 'टक्सन'मधल्या सार्वजनिक ग्रंथालयात अधिक वेळ घालवू लागलो. जे शिक्षण मला शाळेत मिळालं नव्हतं, ते मला ग्रंथालयात मिळालं.

मला ग्रंथालयांसारखी ठिकाणे जी ज्ञान आणि प्रेरणेने भारलेली असतात, तिथं गेल्यावर भारावल्यासारखं होतं. मला माहीत नाही असं का? पण मी असाच आहे. कदाचित माझ्यात असलेल्या जिज्ञासेमुळे; मला सगळ्याच गोष्टींमध्ये रस निर्माण होत असल्यामुळे, असं भारावल्यासारखं वाटत असावं.

मला कल्पना आहे की, आपण सर्वच जण माहितीकडे वेधले जातो आणि त्यामागे कदाचित उत्क्रांती हे कारण असू शकतं. आदिम काळात ज्या लोकांना रानमेव्याची झाडं जास्त प्रमाणात कुठं आहेत किंवा शुद्ध, स्वच्छ आणि सुरक्षित जलस्रोत कुठं आहेत, याची माहिती इतरांपेक्षा अधिक होती, ते इतरांच्या तुलनेत आपलं अस्तित्व अधिक काळ टिकवू शकले आणि वंशवृद्धी करू शकले. म्हणून तर आजही, त्याच वानरांची सुधारित आवृत्ती असलेले आपण, सर्व प्रकारच्या माहितीकडे आकर्षित होतो, मग ती लोकप्रिय व्यक्तींच्या आयुष्यातील घडामोडींबाबत केलेली चर्चा असो किंवा यूट्यूबवर मनोरंजनात्मक स्वरूपात

माहिती सादर करणारे यूट्यूबर असोत.

तर, माझ्यात कायमच माहितीकडे वेधलं जाण्याची तीव्र उर्मी असते. त्यावर नियंत्रण ठेवण्यासाठी, लहानपणी वाचलेली जलाल अल-दीन मुहम्मद रूमी यांच्या कवितेतील एक ओळ मला उपयोगी पडते.

ती ओळ आहे, 'ज्ञानाची कला म्हणजे काय दुर्लक्ष करायचं ते ओळखणं.' या ओळीतून फार महत्त्वाचं विधान करण्यात आलं आहे. कोणती गोष्ट जाणून घेण्याची आवश्यकता नाही, हे समजून घेण्यासाठी कोणती गोष्ट उपयुक्त नाही, हे तुम्हाला लक्षात घ्यावं लागेल आणि त्यासाठी तुम्हाला तुमचं उद्दिष्ट स्पष्ट असायला हवं.

माणूस म्हणून कसं असावं? हे जाणून घेणं आणि त्या अनुषंगाने आयुष्य समजावून घेणं, हे माझं उद्दिष्ट होतं. म्हणूनच मी तत्त्वज्ञानाची पुस्तक वाचायला सुरुवात केली.

आता, तत्त्वज्ञान म्हटल्यावर अनेक जणांचा उत्साह मावळण्याची शक्यता आहे. कारण, तत्त्वज्ञान म्हणजे अत्यंत रुक्ष आणि पुस्तकी पंडितांच्या चर्चेचा विषय आहे, असाच काहींचा समज असतो. खरं तर असं वाटणं, अगदी दुर्दैवी आहे. तत्त्वज्ञान ज्याला इंग्रजीमध्ये 'फिलॉसॉफी' असं म्हणतात, तो 'फिलॉसॉफी' (Philosophy) हा शब्द मूळचा ग्रीक 'फिलेन' (Philein) अर्थात प्रेम आणि 'सोफिया' (Sophia) म्हणजे 'प्रज्ञा' किंवा 'ज्ञान' या दोन शब्दांतून आला असून, त्याचा अर्थ ज्ञानावर प्रेम करणारा असा होतो. तत्त्वज्ञ म्हणजे अशी व्यक्तिमत्वे जी, आयुष्यातील त्या प्रश्नांवर चिंतन करण्यासाठी वेळ देतात, ज्या प्रश्नांवर विचार करायला आपल्याकडे वेळ नाही.

तत्त्वज्ञान हे आपल्याला आयुष्य अधिक चांगल्या पद्धतीने कसं जगता येईल, याचं मार्गदर्शन करू शकतं. क्रोध, प्रेम आणि अपयश यांच्या तीव्र आवेगावर नियंत्रण मिळवण्यासाठी तत्त्वज्ञान आपल्याला मदत करतं. या गोष्टी प्रत्यक्षात आपल्याला कोणीच शिकवत नाही. तत्त्वज्ञान केवळ उत्तरंच देतं असं नाही. तर, यापूर्वी आपण कधी विचारही केला नसेल किंवा दुर्लक्ष केलं असेल अशाबाबतीत प्रश्न विचारण्याचं धाडस तत्त्वज्ञान आपल्याला देतं. मग आपण त्या प्रश्नाचं आपल्या आयुष्याशी सुसंगत आणि अंतिम उत्तर सापडेपर्यंत ते शोधत राहाणं, हे आपलं कर्तव्य बनतं. या सर्व प्रक्रियेतील काही भाग हा वेदनादायी असू शकतो पण काही भाग नक्कीच समाधानकारकही असू शकतो, कारण काही बाबतींत आपण कसे बरोबर होतो, हे तो आपल्याला सांगतो.

सॉक्रेटिसच्या प्रश्न विचारण्याच्या पद्धतीतून, विचार कसा करायचा हे मी शिकलो. ज्याची खासगी टिपणं 'मेडिटेशन' या नावाने पुस्तक रूपात छापण्यात आली अशा मार्कस ऑरेलियस या महान रोमन सम्राट आणि तत्त्वज्ञाच्या 'स्टोइसिझम' (Stoicism) अर्थात 'तितिक्षावादा'तून मी स्वीकार करायला शिकलो. पारंपरिक मूल्यांच्या चौकटी ओलांडत स्वतःची मूल्यं तयार करणाऱ्या महामानवाचं तत्त्वज्ञान मांडणाऱ्या प्रसिद्ध जर्मन तत्त्वज्ञ फ्रेडरिक नीत्शे यांच्या 'उबरमेन्श' (Übermensch) या तत्त्वात मी स्वतःला पाहिलं.

पण ज्या दोन गोष्टी मला माझ्या अनुभवांशी अगदी सुसंगत वाटल्या त्या म्हणजे, बुद्धाची जीवन कथा आणि आर्थर शोपेनहॉवर यांचे निबंध. पुढे फार उशिरा मला लक्षात आला की, जर्मन तत्त्वज्ञ शोपेनहॉवर यांच्यावर पौर्वात्य विचारांचा विशेषतः भारतीय तत्त्वज्ञानाचा आणि बुद्धाचा मोठा प्रभाव होता.

मला हेही जाणून घ्यायचं होतं की, आपल्याला कोणती गोष्ट प्रेरित करते. अधिक नेमकं सांगायचं झाल्यास माझ्या भोवताली असणाऱ्या लोकांना ज्यामुळे प्रेरणा मिळते त्याने मी प्रेरित का होत नाही? हे मला जाणून घ्यायचं होतं. माझ्या भोवतालची बहुतांश लोकं आनंदी दिसत होती. क्वचित कोणी आनंदी नसेल तरी ते, एखाद्या आर्थिक किंवा भावनिक विवंचनेत अडकलेले नसतील तर जगण्यासाठी खूप धडपड करत आहेत, असं दिसत नव्हतं.

या उलट माझ्यासमोर अशी कोणतीच विंचना नसूनदेखील मी जगण्यासाठी धडपडत होतो. आपण का जगत आहोत? असा प्रश्न बहुतांश लोकांना पडत नाही. तर मी त्यासाठीही मानसशास्त्र, भावनिक बुद्धिमत्ता, आनंद आणि मानवी आकांक्षा याबद्दलही वाचन केलं.

आनंदाबद्दल वाचल्यावर मला माझ्या प्रश्नाचं उत्तर मिळालं. माझ्यासाठी ती नवी संज्ञाच होती, असं म्हणायला हरकत नाही. ती संज्ञा किंवा ते उत्तर म्हणजे 'हेडॉनिक ॲडाप्टेशन'(Hedonic Adaptation). ही निसर्गाची एक अशी यंत्रणा आहे, जी आपल्याला सकारात्मक किंवा नकारात्मक घटनांच्या अनुभूतीनंतर आनंदाच्या सामान्य पातळीवर पुन्हा स्थिर करते. ही यंत्रणा, टोकाच्या सकारात्मक किंवा नकारात्मक घटनांनी भारावून जाऊ न देता आपल्या भावांना नियंत्रणात ठेवून आपलं जगणं सुसह्य करते.

याचीच दुसरी बाजू अशीही आहे की, ही यंत्रणा आपल्याला 'ट्रेडमिल'प्रमाणे एकाच जागी खिळवून ठेवते. त्यामुळे तिला 'हेडोनिक ट्रेडमिल' असंही म्हणतात.

तुम्ही त्याला कंटाळा येणारी अवस्थादेखील म्हणू शकता. माझ्याकडे जे होतं त्याची मला आता सवय झाली होती आणि पूर्वीप्रमाणे नवं काही मिळवण्याचं ध्येय माझ्या डोळ्यांसमोर नव्हतं. कारण या पूर्वी जेव्हा मी माझ्या डोळ्यांसमोर काही उद्दिष्ट ठेवलं होतं किंवा अन्य कोणी मला काही उद्दिष्ट दिलं होतं, तेव्हा प्रत्येक वेळी मी ते पूर्ण करताना माझ्या डोळ्यांसमोर पुढचं उद्दिष्ट तयार असे.

एका लहानशा परीक्षेनंतर मोठी परीक्षा, एका श्रेणीनंतर दुसरी श्रेणी, शाळेनंतर महाविद्यालय, शिक्षणानंतर पैसा, मग त्यानंतर कार, घर आणि मग आपण एका अशा चक्रात अडकतो की, जिथे आपल्याला आणखी चांगलं आणि आणखी मोठं हवं असतं. मी काय म्हणतोय, हे आता तुमच्या लक्षात आलं असेल.

माझ्याबाबतीत असं झालं होतं की, लहान कार घेतल्यानंतर मोठ्या कारचं स्वप्न पाहण्याऐवजी किंवा लहान घर घेतल्यानंतर मोठ्या घराचं स्वप्न पाहण्याऐवजी माझं उद्दिष्ट असं झालं होतं, मला दिवसाचे चोवीस तास आनंद मिळेल, अशा पद्धतीने मनासारखं जगायचं होतं. जेव्हा मी हे ध्येयही गाठलं तेव्हा त्याहून मोठं कुठलं ध्येय नसल्यामुळे, सतत पुढचं ध्येय गाठत राहण्याची आणि त्यायोगे सतत व्यग्र राहण्याची जी प्रक्रिया असते, ती थांबली.

जरा यावर विचार करा. कदाचित यामुळेच 'स्वातंत्र्य' हे जीवन उद्दिष्ट ठेवावं असं लोकांच्या डोक्यातच येत नसेल. वास्तविक पाहता आपल्याला मिळालेला वेळ हा एक सीमित ठेवा आहे. ही अशी संपत्ती आहे की, 'जी आपण अधिकची विकत घेऊ शकत नाही आणि आपल्याकडे ती किती आहे, हेही आपल्याला ठाऊक नसतं.' पण असं असूनही आयुष्यात मिळालेली उसंत ही एकप्रकारची सुखवस्तू जीवनशैलीच आहे, हेच अनेकांना वाटत नाही.

मला त्यावेळी जी गोष्ट जाणवली नाही, ती म्हणजे जी जीवनशैली मला अजिबात आवडत नव्हती; जी मला एखाद्या तुरुंगासारखी वाटत होती, तीच जणू एखाद्या वेलीला बहरण्यासाठी आधार देणाऱ्या मांडवाप्रमाणे माझ्या जीवनाला आकार देत होती.

रोजच्या जगण्यासाठी पैसे कमवण्याचा ताण आपल्याला मानसिक स्थिरता मिळू देत नाही. या उलट, मी मात्र ती मानसिक अवस्था अनुभवत होतो. मात्र,

म्हणून मला हे सगळं सुचतंय असा गैर अर्थ काढू नका. मी आजही आर्थिक गुलामगिरीपेक्षा स्वातंत्र्यच निवडेन. फक्त आता मुद्दा असा आहे की, ते स्वातंत्र्य कशासाठी आहे याची जाणीव झाल्याने, काही समस्याही उद्भवू शकतात.

आता मी जेव्हा मागे वळून बघतो तेव्हा मला जाणवतं की, तेव्हा मला माझ्या अस्तित्वाबाबतच अडचण होती, अस्तित्वाच्या अर्थपूर्ण जाणिवेच्या अभावी ती निर्माण झाली असावी. लोकं आयुष्यात जेव्हा काही महत्त्वपूर्ण गोष्ट गमावतात किंवा एखाद्या महत्त्वाच्या व्यक्तीला गमावतात तेव्हा त्यांना असा अनुभव येतो. या अनुभवातून बसलेल्या धक्क्यामुळे जर ते दैनंदिन जीवनाच्या रहाटगाडग्यातून किंवा 'ट्रेडमिल'वरून बाहेर फेकले गेले तर त्यांना जीवनाचा हा पसारा अर्थशून्य भासू शकतो, आपण का जगत आहोत? असा प्रश्न त्यांना पडू शकतो. हे जसं आयुष्यात एखादी मोठी गोष्ट गमावल्यावर होऊ शकतं, तसंच मोठं यश मिळवल्यावरदेखील होऊ शकतं.

खरं तर या समस्या तुमचं जीवन अर्थशून्य बनवत नाहीत. ही अर्थशून्यता कायम असतेच, या समस्या केवळ तुम्हाला त्या अर्थशून्यतेसमोर आणून उभं करतात. आपण फक्त ती त्याआधी कधी अनुभवलेली नसते इतकंच. कारण आपलं लक्ष सतत दुसरीकडेच असतं. आपण पूर्वापार चालत आलेला कित्ता गिरवण्यात मश्गूल असतो. शिक्षण घ्या, नोकरी मिळवा, लग्न करा आणि मुलं-बाळं जन्माला घाला. आपल्यासमोर कायम छोटा प्रकल्पच असतो. मग तो रोजच्या जगण्यासाठीची धडपड असो; किंवा अमुक एक गोष्ट आपल्याला आनंदी बनवेल, अशा अपेक्षेने ती गोष्ट मिळवण्याचा प्रयत्न असो! माणसं असोत, सुखोभोग असो किंवा पैसा असो.

या सगळ्या पार्श्वभूमीवर, आपण एक गोष्ट सातत्याने करत असतो आणि ती म्हणजे स्वतःला व्यग्र ठेवत असतो; हे आपलं व्यग्र राहाणं, आपल्याच आत खोल दडलेल्या भीतीवरून आपलं लक्ष विचलित करत असतं; आपल्या आयुष्यातील सर्वांत मोठा प्रकल्प म्हणता येण्यासारख्या 'मी कशासाठी जगत आहे?' या प्रश्नावरून हे व्यग्र राहाणं आपलं लक्ष विचलित करत असतं.

एका अर्थाने हेही ठीकच म्हणता येईल; कारण यामुळे लोकं ताळ्यावर तरी राहतात, जोपर्यंत त्यांना तसं राहता येत आहे, तोवर तरी!

आपल्यापैकी काही बिचारे असेही आहेत ज्यांना केवळ, रोजच्या जगण्यासाठी संघर्ष करावा लागतो आहे. तर अशांना वगळता आपल्या प्रत्येकाला कधी ना कधी, जन्मापासून निर्माण झालेला अस्तित्वाचा प्रश्न भेडसावतोच.

एक गोष्ट समजावून घ्या, ज्याप्रमाणे फुफ्फुसांना सातत्याने ऑक्सिजनची गरज असते; पोटाला अन्नाची गरज असते, जे आपल्याला जीवंत ठेवतं; त्याचप्रमाणे आपल्या मेंदूचाही असा विकास झाला आहे की, त्याला सातत्याने प्रश्नांची उत्तरं सोडवायची असतात. त्यामुळे रोजच्या जगण्यासाठी जे संघर्ष करत असतात, त्यांच्या मेंदूला जगण्याचा हा प्रश्नच खुराक होऊन जातो आणि ज्यामुळे अर्थपूर्ण अस्तित्वाच्या प्रश्नापासून ते स्वाभाविकपणे दूर राहतात.

मात्र, एकदा का आपण त्या पिढ्यान् पिढ्या चालत आलेल्या चौकटीबद्ध जीवनातील सर्व उद्दिष्टांची यशस्वीपणे पूर्तता केली की, आपल्या समोर प्रश्न उभा राहतो, आता पुढे काय? पण त्याचं उत्तर मात्र आपल्याकडे नसतं. तुमच्या पालकांना याचं उत्तर विचारा, खरं तर याच कारणामुळे ते देखील आनंदी नसतात. कदाचित ते त्यांच्या आनंदी नसण्याचं कारण, 'तुम्ही एक आदर्श मूल नाही' असं म्हणून तुमच्यावर ढकलतीलही; पण प्रत्यक्षात, आता पुढे काय याचं उत्तर त्यांच्याकडेही नसल्यामुळे ते आनंदी नसतात.

आपण लोकांना आणि सुखोपभोगांना सरावून जातो, मग ती तुमची गाडी असो, तुमचा जोडीदार असो किंवा तुमचं मूल असो. काही वर्षांनंतर त्यांच्याकडे पाहिल्यावर, तुम्ही पहिल्यांदा त्यांना पाहिलं असता अंगावर जो रोमांच उभा राहिला होता, तशी अनुभूती येत नाही. अर्थात त्यांना गमावलं तर तुमचं आयुष्य उद्ध्वस्त होऊ शकतं किंवा अद्यापही तुम्ही त्यांची पूर्वी प्रमाणेच काळजी करता, हेदेखील तितकंच खरं आहे. मात्र, अगदी प्रामाणिकपणे विचार करता, 'ते नसते तर काय झालं असतं?' या एकमेव विचारामुळेच त्यांच्या अस्तित्वातून आपल्याला आनंद मिळतो, असं मात्र नाही. कदाचित तुमचं व्यक्तिमत्व असंही असेल की, तुम्हाला लोकांचा कंटाळा येत नाही; पण माणसं मात्र बदलतात आणि तुम्हाला ती बदलल्याची जाणीवही होते.

तर आता पुन्हा माझ्याबद्दल सांगायचं झाल्यास, माझ्याकडे पर्याय होता की, स्वतःला एक उद्दिष्ट द्यावं, 'सुमारे १०० कोटी रुपयांची कंपनी उभारण्याचं.' पण मला फिरून त्याच ठिकाणी यायचं नव्हतं. मला ती कंपनी उभारण्यासाठी त्यात अडकून पडावं लागलं असतं आणि जर मी त्यात यशस्वी झालो असतो तर, मला पुन्हा स्वतःला एक नवं उद्दिष्ट द्यावं लागलं असतं. पुन्हा तेच! मला हे सर्व स्वतःचीच फसवणूक केल्यासारखं वाटू लागलं, त्यामुळे मी हा पर्याय सोडून दिला.

दुसरा पर्याय म्हणजे, विविध सुखोपभोगांच्या माध्यमातून आनंद मिळवण्याचा

प्रयत्न करणे, हा होता. 'केवळ आपल्या इच्छांची पूर्ती करून नव्हे तर, सातत्याने पूर्तता करण्यासाठी इच्छा बाळगून आनंद मिळवण्याचा प्रयत्न करणं.' थोडक्यात नालेसाठी घोडा आणणं.

लोकं मॉलमध्ये का जातात, तर आशा गोष्टी शोधण्यासाठी ज्या त्यांच्या मनात खरेदीची इच्छा उत्पन्न करतील आणि मग त्या वस्तूच्या खरेदीतून त्या क्षणापुरता ते आनंद उपभोगतील. अर्थातच भांडवलदारांना आपल्या या परिस्थितीचा फायदा घेण्यात आनंदच वाटणार; पण हा पर्याय मला अशाश्वत वाटला. हे म्हणजे अमलीपदार्थांच्या अधीन जाण्यासारखं होतं. मला समान स्तरावरील आनंद मिळवण्यासाठी अधिकाधिक वाढत्याप्रमाणात गोष्टी लागत जाणार होत्या. हे म्हणजे कोणत्याही बाबतीत समाधान न मानता, सातत्याने अधिक मिळवण्याच्या मागे धावण्यासारखं होतं.

हे मला फार थकवणारं वाटलं. मी हे फार काळ टिकवून धरू शकणार नाही असं वाटलं. असंही वाटलं की, हे प्रत्येकवेळी यशस्वी होईल असंही नाही. तुम्ही अतिश्रीमंत आणि प्रसिद्ध माणसं आणि त्यांच्या आलिशान जीवनशैलीबद्दल ऐकलंच असेल. त्यांची व्यसनाधीनता, अमलीपदार्थांच्या अधीन जाणं आणि आत्महत्या करणं हेही ऐकलं असेल. त्यामुळे जर सुखोभोगांच्या मागे धावून आनंद मिळत असेल, तर या लोकांच्या बाबतीत हे का लागू झालं नाही?

पण आणखी एका कारणासाठी मी दुःखाच्या अनुभूतीपासून दूर राहण्यासाठी, सुखोपभोगांच्या मागे धावण्याचा पर्याय निवडला नव्हता. ते कारण म्हणजे, 'सुखोपभोगांसाठी सातत्याने मिळवत राहण्याचा वाढता हव्यास,' हे माझ्या मूल्यांविरोधात होतं.

प्रकरण ४

आपल्या वेदनामय पाऊलखुणा

उपभोगातून अपेक्षित आनंद न मिळणं याव्यतिरिक्त उपभोगांमध्ये आणखी एक समस्या आहे. ती म्हणजे, आपण ज्या कशाचा उपभोग घेतो ती वस्तू काही हवेतून निर्माण झालेली नसते, त्यामुळे आपण जे काही उपभोगतो त्यामागे वेदनेच्या खुणा असतातच. वेदनेच्या पाऊलखुणा असतातच. आपण जे कोणतं उत्पादन वापरतो त्याच्या निर्मितीसाठी कोणीतरी कुठंतरी अनिच्छेने वेदना सहन केलेली असतेच.

काही वेळा ही वेदना उघडपणे दिसते. जसं की, मांसाचं उत्पादन. अंडी किंवा दुग्धजन्य पदार्थांच्या उत्पादनात ती थोडी दृष्टिआड होते आणि या व्यतिरिक्त इतर उत्पादनांत ती अधिक दृष्टिआड होत जाते.

पेन्सिलचंच उदाहरण घ्या! त्यामधील 'लीड' बनवण्यासाठी 'ग्राफाईट'ची आणि त्या लीडभोवती आवरण तयार करण्यासाठी लाकडाची आवश्यकता असते. त्या लाकडाला बाहेरून रंग द्यावा लागतो. त्या पेन्सिलवर खोडण्यासाठी रबर लावावं लागतं आणि त्यासाठी धातूचा एक छोटा तुकडा लागतो. आता हे ग्राफाईट खाणकामातून बाहेर काढलं जातं ज्यातून पर्यावरणीय परिसंस्थेचं नुकसान होतं. लाकूड हे वृक्षतोड करून मिळवलं जातं. ज्या रबरने आपण खोडतो ते रबर ज्या वृक्षांपासून मिळवलं जातं त्याच्यासाठी जंगलतोड करावी लागते, तर धातू मिळवण्यासाठी खाणकाम वाढवावं लागतं, बहुदा रंगासाठी खनिज तेलाचा वापर केला जातो. ज्या कंपनीमध्ये हे उत्पादन होतं, त्या कंपनीमध्ये लागणारी वीज ही कोळशातून तयार केली जाते. या सगळ्या गोष्टी एकत्र आणण्यासाठी म्हणजेच दळवळणासाठी इंधन लागतं. केवळ एका पेन्सिलसाठी एवढ्या मोठ्या प्रमाणात, या सर्व स्रोतांचा वापर आणि सजीवांनी बहरलेल्या परिसंस्थेचं केवढे नुकसान केले जातं.

प्रत्येक जण जगण्यासाठी कशाचा तरी उपभोग घेत असतोच, पण माणसांच्या बाबतीत पाहायचं झाल्यास, आपण जे काही वापरतो, ते एक तर कारखान्यात कृत्रिमरीत्या केलेल्या पशुपालनातून आलेलं असतं किंवा खाणकामातून आलेलं असते. त्यामुळे आपण ज्या गोष्टींचा उपभोग घेतो त्या निरूपद्रवी नसतात. उलट

त्या जशा आपल्याला अपेक्षित आनंद देण्यात अपयशी ठरतात त्याचप्रमाणे त्या आपल्यालाला अप्रत्यक्षपणे त्रासदायकसुद्धा ठरतात. ही खरी समस्या होती.

मला माझ्याबद्दल असं वाटत असे की, मी एक चांगला माणूस असून, कोणालाही इजा पोहोचवत नाही.

पण जेव्हा मला याची जाणीव झाली की, मी एका सर्वसामान्य उपभोगकर्त्याप्रमाणे स्वतःच्या आनंदासाठी अनेकांना इजा पोहोचवत आहे; तेव्हा मी एका सुज्ञ वापरकर्त्याप्रमाणे माझ्या सुखोपभोगांच्या हव्यासापायी वेदनारूपी खुणा निर्माण करणे खूप कमी केले.

- मी वापरलेली पुस्तकं खरेदी करू लागलो, जुन्या कपड्यांच्या दुकानातून कपडे खरेदी करू लागलो, जिथं जाईन तिथं मी माझी कापडी पिशवी आणि पाण्याची बाटली घेऊन जाऊ लागलो. मांस, अंडी आणि दुग्धजन्य पदार्थ तर मी, असंही खात नाहीच.
- मी आनंद मिळवण्यासाठी ज्या ज्या माध्यमातून सुखोपभोग घेत होतो, त्या सर्व गोष्टी मी कमी करायला सुरवात केली. एक सुखवस्तू जीवन जगण्यासाठी मी करत असलेल्या ज्या गोष्टी मला अनावश्यक वाटल्या त्या सर्व बंद केल्या.

याचा अर्थ असा नाही की मी खाणं-पिणं बंद केलं; पण मी मद्यसेवन बंद केलं. आता मागे वळून पाहिल्यावर आश्चर्य वाटतं की, सुखसुविधा आणि सोय याच्या नावाखाली आपण कितीप्रमाणात सुखोपभोग घेतल्याबद्दल किंवा वस्तूंच्या वापराबद्दल स्वतःचीच पाठराखण करत असतो.

या मुद्द्यावर काही लोकांना असंही वाटेल, "जर आपल्या प्रत्येक कृतीमुळे कोणालातरी त्रास होणार आहेच, तर मग एवढा विचार करून काय उपयोग आहे?"

पण या उलट मी असं म्हणेन की, "आपल्या प्रत्येक कृतीतून जर कोणाला तरी काहीतरी त्रास होणार असेलच तर या जाणिवेतून, आपण अधिक जागरूकपणे जीवन जगणं आवश्यक आहे, जेणेकरून आपल्यामुळे होणारा त्रास आपणच कमी करू."

तर सांगायचा मुद्दा असा की, मला असं जाणवलं की, मी सुखोपभोगांच्या मार्गावरून चालत, फार फार तर आनंदरूपी मृगजाळाच्या मागे धावत राहीन पण त्यासाठी मला, 'मी एक चांगला माणूस आहे आणि चांगली माणसं स्वतःमुळे इतरांना त्रास होऊ देत नाहीत,' या माझ्या मूल्यांविरोधात वागावं लागणार होतं.

काही जण असाही प्रश्न विचारतील की, 'चांगली माणसं स्वतःमुळे इतरांना त्रास होऊ देत नाहीत,' हे आलं कुठून? मी याच्याकडे असं पाहतो की, जसं आपण म्हणतो की, चांगले शेजारी हे त्यांच्या शेजाऱ्यांना स्वतःमुळे त्रास होऊ देत नाहीत, चांगले नागरिक हे त्यांच्यामुळे इतर नागरिकांना त्रास होऊ देत नाहीत, त्याचप्रमाणे एका चांगल्या व्यक्तीची ही जबाबदारी आहे की, शेजारधर्म किंवा राष्ट्र या संकल्पनेपलीकडे जाऊन संपूर्ण जगभरातील माणसांसह, सर्व प्राणिमात्रांना आपल्यामुळे त्रास होऊ नये, याची काळजी त्याने घ्यायला हवी.

आपण आपल्या कुटुंबाशी, आपल्या समाजाशी किंवा आपण ज्या पंथाचे आहोत त्या पंथीयांशी किंवा त्या वंशाच्या व्यक्तींशी चांगलं वागणं योग्यच आहे, पण त्याही पलीकडे आपण मनुष्य म्हणून इतर मनुष्यांशी आणि सर्व सचेतन प्राण्यांशी सहानुभूतीने वागतो की आणि त्यांना होणाऱ्या वेदनेबाबत संवेदनशील आहोत की नाही यांवरही चांगुलपणा अवलंबून आहे.

त्यामुळे माझं आनंदाच्या मागे धावणं थांबून गेलं.

पण मग जर मी आनंदीच नसेन तर जगून तरी काय अर्थ आहे? कारण सरतेशेवटी आनंदी राहणं हेच तर जीवनाचं उद्दिष्ट नाही का! पण ही माझ्या विचार प्रक्रियेतली चूक होती आणि तीही शेवटची नाही बरका! पण हे मला नंतर समजलं.

प्रकरण ५

मी हरवून बसलो

आता मला हे स्पष्टपणे माहीत होतं की, मला काय करायचं नाही; पण मला काय करायचं आहे? हे मात्र मला स्पष्ट झालं नव्हतं.

'जगण्याची लयच हरवून जाणं, ही परिस्थिती हाताळणं जवळपास सगळ्यांनाच कठीण असतं; पण काही जणांना इतरांच्या तुलनेत ते अधिक अवघड वाटतं किंवा त्यांना आयुष्याच्या काही टप्प्यांमध्ये इतरांपेक्षा ते अधिक जड जातं. कधीकधी आपण ट्रेडमिलवर धावता-धावता अडखळतो, पडतो; आपल्याला लागतं; आपण बरेही होतो आणि पुन्हा धावण्याचा प्रयत्न करतो, हेच तर आयुष्य आहे. मात्र, कधीकधी आपण ट्रेडमिलवर नव्हे तर एखाद्या विवराभोवती गोल गोल फिरत असतो. आपल्याला त्या विवरात पडण्यापासून वाचवणारी गोष्ट म्हणजे, लय किंवा गती. अशा परिस्थितीत मात्र, ती लय हरवून बसणं हे अधिक जड जातं.

माझ्यासाठी तर ही परिस्थिती फार वाईट होती. ना मी ट्रेडमिलवर धावत होतो, ना मी कुठल्या विवराभोवती गोल गोल फिरत होतो. ज्या घरात मी सुखेनैव राहत आहे, जे माझ्या अगदी परिचयाचं आहे तेच घर मी पाडावं आणि माझं नवं घर कसं असेल? याची कोणतीही कल्पना नसता, त्या पडलेल्या घराच्या ढिगाऱ्यावर उगा उभं राहावं, अशी माझी परिस्थिती झाली होती. जेव्हा तुमच्यासमोर कोणताही आखून दिलेला किंवा धोपट मार्ग नसतो, तेव्हा तुम्ही कोणत्याही दिशेने जाऊ शकता आणि तुमचा स्वतःचा मार्ग बनवू शकता. हे जरी रोमांचकारक वाटत असलं तरी, माझ्यासाठी ते स्वातंत्र्य अंगातील त्राण नाहीसं करणारं ठरत होतं. एखाद्या जंगलात रस्ता न सापडल्याने हरवून जावं, अशी माझी अवस्था झाली होती.

तुमच्याकडे कायम एक पर्याय असतो, तुमच्या पालकांचं अनुसरण करून मूलं जन्माला घालणे. परंतु, अनाथ आश्रमात अत्यंत सुदृढ मुलं कुचंबणा सहन करत असताना, नव्याने एखादा जीव जन्माला घालणं, हे पर्यावरणीयदृष्ट्या अनुकूल वाटत नाही. आनंदप्राप्ती या अंगाने विचार केला असतादेखील यात सकारात्मक असं काही दिसत नाही. माझ्या पालकांना मी आणि माझी बहीण अशी दोन मुलं;

पण ते काही आनंदी दिसत नसत. खरं सांगायचं झाल्यास ते आनंदी नव्हतेच.

त्यामुळे पालकांचं अनुसरण केलं असता मी नक्कीच व्यग्र राहिलो असतो आणि माझ्या आयुष्यातल्या सगळ्या समस्या विसरून गेलो असतो; पण मला जर माझ्या आयुष्यातल्या सगळ्या समस्याच विसरायच्या असतील तर त्यासाठी अमलीपदार्थ किंवा मद्यपान यांसारखे प्रकार उपलब्ध आहेतच की! तेवढ्यासाठी मी एका जीवाला जन्माला घालून, माझ्या आयुष्यातील समस्या माझ्याकडून त्या नवागताकडे का ढकलून देऊ! आणि वर, ज्याच्यावर माझं जीवापाड प्रेम आहे (तुम्ही स्वार्थरहित काळजी असंही म्हणू शकता!) असा दावा मी करेन.

हे म्हणजे असं होईल की, "आम्हाला आमच्या आयुष्यात नेमकं काय केलं पाहिजे हे माहीत नव्हतं, म्हणून आम्ही तुला जन्माला घातलं. आता तुलासुद्धा आमच्या सारखीच समस्या भेडसावली तर, तुला माहीतच आहे की, काय करायचं ते!"

थोडं विषयानंतर होईल, पण मी पुन्हा मूळ मुद्द्यावरही लगेच येईन. तर, मी आमच्या लग्नाआधी शिवानीला स्पष्ट सांगितलं होतं की, मला मुलंबाळं जन्माला घालण्यात रस नाही. तिला मूल हवं असेल तरी अडचण नव्हती आणि नको असेल तरीही. मला असं वाटतं की, नातं सुरू होण्यापूर्वी काही मूलभूत मुद्द्यांवर चर्चा करायला हवी. जसं की, तुमची आयुष्याबद्दलची कल्पना काय आहे. तुम्हाला मुलं हवी आहेत का? तुम्ही कुठं राहता? तुमचे पालक तुमच्याबरोबर राहतात का? तुमच्याकडे पाळीव प्राणी आहे का? नातं निर्माण झाल्यानंतर आपल्यात होणारे बदल आपण कशा पद्धतीने हाताळणार आहोत, इत्यादी. आमचं लग्नं अगदी घाईघाईत झालं, त्यामुळे आमची केवळ स्वतःचं मूल या विषयावर चर्चा झाली. आम्ही तेव्हा एकमेकांच्या प्रेमात आकंठ बुडून गेलो असल्यामुळे, आम्हाला बाकी दुसरं काहीच दिसत नव्हतं. (प्रेमाची ती अवस्था, सहवासातून निर्माण होणारं, निस्वार्थ काळजी घेणारं आणि हळूहळू उमलत जाणारं प्रेम यापेक्षा वेगळी होती.) त्यावेळी मी मूल जन्माला घालण्याच्या विरोधात होतो. कारण मला असं वाटे की, त्यामुळे आयुष्य उगाच गुंतागुंतीचं होऊन जाईल. इतकं की, बाहेर जेवायला जाणं किंवा चित्रपट बघायला जाणं यांसारख्या साध्या निर्णयांच्या बाबतीतही फार पूर्वनियोजन करावं लागेल आणि त्यामुळे आयुष्यातील उत्स्फूर्तताच निघून जाईल.

मला तर याचीदेखील कल्पना करवत नव्हती की, एखादी व्यक्ती तिच्या प्रिय व्यक्तीला गरोदरपणाच्या वेदना सहन करताना कसं बघू शकते. मग तेव्हा जर–

तरचे विचारही सुरू झाले. माझ्या जोडीदाराला बाळाच्या जन्मावेळी काही झालं तर काय? मला त्या अपत्याला एकट्याने वाढवावं लागेल आणि त्याचं अस्तित्व मला त्या अप्रिय घटनेची आठवण करून देईल, ज्याची कधीच आठवण होऊ नाही असं मला वाटत असेल किंवा ते अपत्य दिव्यांग जन्मलं तर? त्याचा मोठा परिणाम माझ्या जीवनमानावर होईल.

असो! तर हा सर्व विचार करणारा मी, तेव्हा अवघ्या २२ वर्षांचा होतो आणि नंतर तर एक सजक पर्यावरणप्रेमी म्हणून, पर्यावरणावर होणाऱ्या परिणामांच्या अनुषंगाने मूल जन्माला न घालण्याबद्दल माझ्याकडे आणखीन कारणं तयार झाली. म्हणजे मला असं म्हणायचं आहे की, एकीकडे आपण कचऱ्यात टाकलेल्या बाटल्यांवर प्रक्रिया करून त्यांचा पुनर्वापरकरतो (का तर नैसर्गिक साधनसंपत्तीची बचत म्हणून!) आणि दुसरीकडे आपणच एका नव्या जीवाला जन्म देतो जो पुढची पाच ते सात दशकं तरी याच पृथ्वीवरील स्रोतांचा मनसोक्त उपभोग घेणार असतो. हे अजिबात तर्कसंगत वाटत नाही. जर तुमच्याकडे अपत्याला देण्यासाठी वेळ, स्रोत आणि मूल्यं आहेत तर, पर्यावरणाचा ऱ्हास करण्यास कारणीभूत ठरणाऱ्या नव्या अपत्याला जन्माला घालण्यापेक्षा एखादं मूल दत्तक घेऊन त्याचं आयुष्य उजळून टाकणं अधिक योग्य ठरणार नाही का?

आता या सगळ्यात द्वंद्वात मला पडलेल्या अस्तित्वाच्या प्रश्नाचाही समावेश होताच. त्यामुळे एक मूल जन्माला घालून मी माझ्यासाठी, पर्यावरणासाठी आणि त्या मुलासाठीसुद्धा अडचण निर्माण करून ठेवेन, अशी अजिबात शक्यता नव्हती.

मी जेव्हा कधी कोणाला माझी ही जीवन कहाणी सांगतो तेव्हा, या मुद्द्यावर आल्यावर स्वाभाविकपणे समोरच्याचा प्रश्न असतो की, पण जर तुझ्या बायकोला मूल हवं असेल तर? आणि मी त्यांना कायम हेच उत्तर देतो की, जोडीदाराबरोबर कोणताही निर्णय घेत असताना, एखादी गोष्ट करायची असेल तर, तुम्हाला दोन्ही बाजूंनी होकाराची आवश्यकता असते. मात्र, एखादी गोष्ट करायची नसेल तर, केवळ एक नकार पुरतो. अगदी स्पष्ट उदाहरण द्यायचं झालं तर लैंगिक संबंधांबद्दलच पहा, त्यासाठी दोघांची सहमती आवश्यक असते. मग मूल जन्माला घालण्याच्या बाबतीतही जोडीदारापैकी कोणाही एकावर बळजबरी करणं, अगदी भावनिक दबाव टाकणं हेदेखील अयोग्य आहे. मुलाबाळांच्या संदर्भात आणखी एक प्रश्न मला कायम विचारला जातो तो म्हणजे, “पालक आणि नातेवाइकांकडून सतत होणाऱ्या विचारणेचं काय करायचं?” ज्यावर माझं हेच उत्तर असतं की, जर

तुम्हाला एखादी गोष्ट करायची असेल किंवा नसेल तरच तुम्ही ती करा अथवा करू नका. तुमच्याकडून लोकांच्या अपेक्षा पूर्ण होत नसतील, तर ती त्यांची समस्या आहे तुमची नाही. त्यामुळे जोपर्यंत अन्न-पाण्यासाठी, आर्थिकदृष्ट्या किंवा स्वातंत्र्याच्यादृष्टीने तुमच्यावर त्यांचं नियंत्रण नाही, तोपर्यंत तुम्ही बिनधास्त जगा.

असो. तर, आपण पुन्हा मूळ मुद्द्यावर येऊ.

तर, स्वतःचाच जीव देणं हा एकच पर्याय शिल्लक आहे का? याबद्दल साशंक असणाऱ्या माझ्याकडून, नव्या जीवाला जन्म देणं शक्य नव्हतं. याचा अर्थ असाही नाही की, मला आत्महत्या म्हणजे पाप किंवा समस्या वाटत होती. पण ती समस्येवर उपाय ठरेल, असंही मला वाटत नव्हतं, किमान आत्तापर्यंत तरी तसं कधी वाटलेलं नाही. त्यामुळे ती करण्याआधी मला इतर शक्यता चाचपडून पाहायच्या होत्या.

मूल जन्माला घालणं किंवा स्वतःचाच गळा घोटणं, या व्यतिरिक्त माझ्याकडे आणखी एक पर्याय होता तो म्हणजे मद्यपान. पण माझ्या अनुभवावरून मला हे माहीत होतं की, एखादं व्यसन हे तात्पुरतं माझ्या समस्येवरून माझं लक्ष दुसरीकडे वेधू शकेल; पण त्या समस्येवर शाश्वत उपाय मिळवून देऊ शकणार नाही. तसंच, त्याच एका समान स्तरावरचं समाधान मिळवण्यासाठी मला त्या व्यसनाचं प्रमाण मात्र वाढवत जावं लागेल.

त्यामुळे ही अस्वस्थता दूर करण्यासाठी मद्याचे घोट रिचवत बसणं किंवा गोळ्या घेऊन ती कमी करणं. याऐवजी, ती अस्वस्थता स्वीकारण्याचा निर्णय मी घेतला. मी जाणीवपूर्वक घेतलेला हा दुसरा निर्णय होता.

मी एका डायरीचा पर्याय निवडला, विचारांना स्पष्टता यावी, यासाठी माझ्या मनातले अर्धवट असलेले विचार त्या डायरीमध्ये लिहून काढले मी त्याला 'ब्रेनडंप' (मेंदूतले कच्च्या स्वरूपातले विचार जसेच्या तसे उतरवून काढणं.) असं नाव दिलं.

त्या उतरवून काढलेल्या विचारांना फार काही फार अर्थ होता असं नाही, पण माझ्या डोक्यातील गोंधळ थांबावा यासाठी मी ते लिहून काढले. हे म्हणजे तुम्ही तुमचं अस्ताव्यस्त झालेलं कपाट आवरण्यासाठी त्यातले तुमचे सगळे कपडे जसे बाहेर काढता, तसंच काहीसं होतं. हे करत असताना तुम्ही एखादी विसरून गेलेली गोष्ट त्यात तुम्हाला मिळून जाते, तसंच माझ्या बाबतीत झालं, माझ्या सुप्त मनातील

विचार आणि धारणा मला उलगडू लागल्या. मला त्यांच्या अस्तित्वाची जाणीवच झाली नव्हती; पण केवळ तुम्ही तुमच्या धारणांबाबत सजगपणे विचार केलेला नाही, म्हणून त्याचा तुमच्या वर्तनावर प्रभाव पाडत नाही, असे मात्र मुळीच नाही.

मला अजूनही आठवतं, मी लिहिलं होतं की, आनंद हा आवश्यक आहे. मात्र या विधानाला सिद्ध करण्यासाठी माझ्याकडे कोणताच आधार नव्हता. मग मला जाणीव झाली की, ती फक्त माझी धारणा होती.

मनातले विचार उतरून काढल्यामुळे मला आणखी एक फायदा झाला, तो म्हणजे मला माझ्याच विचारांमधील विसंगती दिसायला लागली. तसंच, एकट्याने विचार करत बसलं त्याच त्या मुद्द्यांभोवती फिरायला होतं; पण मी मात्र माझे सर्व विचार लिहून काढल्याने, तसं काही झालं नाही.

मी लिहून काढलं की वेदना आणि दुःख यांच्या विरुद्ध येणारी अनुभूती म्हणजे आनंद. पण त्यानंतर त्रासातून मुक्ती देणाऱ्या एखाद्या आनंदाच्या अनुभूतीबद्दल लिहायला गेलो असता, मला ते जमलं नाही. हे सर्व तुम्हाला निरर्थक वाटू शकतं, कारण ही सगळी माझ्या डोक्यातली वैचारिक भूतं होती, याच विचारांमुळे मला खोल रुतून बसल्यासारखं वाटत होतं. खरं तर यामुळेच मी सगळं उतरवून काढत होतो. लेखन ही अशी गोष्ट आहे जिथं तुम्ही तुमचे विचार मांडत असताना, कोणी हस्तक्षेप करत नाही आणि जिथं तुमचं मूल्यमापनही केलं जात नाही, हे सहसा व्यक्तींच्या बाबतीत आढळत नाही.

तुम्हाला जे काही वाटत आहे ते जसंच्या तसं अभिव्यक्त करायला लेखनामुळे मदत होते. कारण आपल्याला जे वाटत आहे ते योग्य आहे की अयोग्य, याची काळजी लेखन करताना घ्यावी लागत नाही. कोणताही न्यूनगंड न बाळगता मन मोकळं करण्याची संधी लेखन तुम्हाला देतं.

आणि अखेर, तुम्हीच लिहून काढलेले तुमचे विचार वाचून त्यातले योग्य कोणते आणि अयोग्य कोणते याची निवड करणं म्हणजे कपड्यांच्या व्यवस्थित घड्या घालून कोणते आत ठेवून द्यायचे आणि कोणते नाही, हा निर्णय घेण्यासारखं आहे.

लेखनामुळेच मला याची जाणीव झाली की, आयुष्याबाबतची आसक्ती नसणं हे एक अलौकिक शक्ती प्राप्त झाल्यासारखं आहे. या अनाक्तीमुळे, काहीतरी करून दाखवण्याच्या अदृश्य दबावातून, किंवा कोणाच्यातरी अपेक्षा पूर्ण करण्याच्या ओझ्यातून तुमची मुक्तता होते.

यामुळेच मला कोणतीही गोष्ट करण्याचं आणि अपयशी होण्याचंही स्वातंत्र्य मिळालं. जर काही गोष्टीत मोठ्या चुका झाल्या तर, मी त्यांना कधीही पूर्णविराम देऊ शकतो. त्यामुळे, तूर्तास तरी, मी आयुष्य न संपवता, ज्या पद्धतीने मला आयुष्याची मला ओळख झाली होती, ते आयुष्य मी सोडून दिलं.

प्रकरण ६

आणि हरवलेले... भारतात गवसले

मी असा विचार केला की कदाचित, आनंदी होण्यासाठी 'आनंदी कसं व्हायचं?' हा प्रश्नच योग्य नाही. कदाचित मी ज्या ठिकाणी हा विचार करत होतो ते ठिकाणच बदललं तर, कदाचित माझा प्रश्नही बदलेल आणि त्यातूनच मला आनंदी होण्याचे काही संकेत मिळू शकतात.

कधी कधी तुम्हाला हवा असणारा संकेत तुमच्या डोळ्यांसमोर असतो, परंतु त्यासाठी तुम्हाला योग्य प्रश्न विचारण्याची आवश्यकता असते.

मी हे पाहिलं होतं की, अनेक पाश्चात्य लोक भारतात येऊन त्यांच्या प्रश्नांची उत्तरं शोधतात. त्यांच्याच प्रमाणे २०१०च्या अखेरीस मी भारतात परतलो ; पण माझे प्रश्न शोधण्यासाठी.

मी आणि शिवानी दिल्लीतल्या आमच्या घरात येऊन राहू लागलो. त्या दरम्यान माझ्यावर, मी त्या काळात नुकत्याच वाचलेल्या काही पुस्तकांचा प्रभाव होता. त्या पुस्तकांमध्ये पावसाच्या पाण्याची साठवण आणि त्याचा पुनर्वापर कसा केला जातो, जगात जमिनीचा ऱ्हास कशा पद्धतीने होतो आहे, न्यू मेक्सिकोमधील एका युवकाने टाकाऊ वस्तूंपासून शाश्वत घरं कशी तयार केली आहेत, या साऱ्यांचा ऊहापोह या पुस्तकांमध्ये करण्यात आला होता. मी येताना रुथ स्टाउटचे 'नो–वर्क गार्डन' हे पुस्तक बरोबर घेऊन आलो होतो. या पुस्तकाचं शीर्षक आणि त्यातल्या अनेक गोष्टी मला फार भावल्या.

मला अन्नासाठी आत्मनिर्भर होण्याची रम्य कल्पना सुचली; पण माझ्या घराच्या टेरेसवर ते शक्य नव्हतं. त्यासाठी मला शहराबाहेर जावं लागणार होतं. मग मी विचार केला की, अमेरिकेतील प्रसिद्ध लेखक हेन्री थोरो हे जसे अमेरिकेतील वॉल्डन तलावाजवळ निसर्गाच्या सान्निध्यात एकटे राहिले होते, तसाच मीदेखील माझ्या अस्तित्वाच्या अर्थपूर्णतेच्या शोधाचा प्रवास सुरू असताना शहरातील सर्व सुख-सुविधांपासून दूर निसर्गाच्या सान्निध्यात राहीन.

प्राचीन चिनी तत्त्वज्ञानानुसार कधी कधी निष्क्रियता हीच सर्वांत योग्य कृती असते. खरं तर मीसुद्धा याच्याशी अगदी सहमत आहे, कारण आयुष्यात अनेकदा

असे क्षण येतात जेव्हा तुम्ही निष्क्रिय राहाणंच योग्य ठरतं. याचं अगदी साधं उदाहरण पाहायचं झाल्यास शेअर बाजाराचं कोसळणं! असो, पण माझ्या आयुष्यात तेव्हा मात्र अशी स्थिती आलेली नव्हती. याउलट ही निष्क्रियताच माझ्यासमोर समस्या बनवून उभी होती. त्या परिस्थितीत, आलेलं जडत्व झटकून सक्रिय होणं महत्त्वाचं होतं. मग भलेही सुरुवातीला काही चुका झाल्या तरी चालतील.

माझ्या मित्रांपैकी एकाचे पालक हे केरळमधल्या त्यांच्या मूळ गावी राहायला गेले होते. भारतातील माझ्या परिचयाचे ते एकमेव असे होते, ज्यांच्याकडे स्वतःची जमीन होती. तर, मी त्यांच्याकडे गेलो.

एक–दोन भेटीतच माझ्या लक्षात आलं की, शहरी सुख-सुविधांपासून दूर, स्वयंपूर्ण जीवन जगत, अन्नधान्य पिकवणं वगैरे... वगैरे जीवनशैलीचा 'नो वर्क गार्डनिंग'मध्ये रुथ स्टाउटने जो उल्लेख केला आहे, त्यासाठी खूप कष्ट घ्यावे लागतात. मी जरी ते सगळं शिकून घेतलं आणि अगदी प्रामाणिकपणे ते करायला सुरुवात केली तरी देखील, जी गोष्ट शोधण्याचा माझा प्रवास सुरू आहे त्यासाठी मला वेळ शिल्लकच राहणार नाही. हे म्हणजे असं होईल की, ज्या चक्रात अडकायचं नाही, म्हणून मी सगळं सोडून भारतात आलो होतो, ते सुटून मी दुसऱ्याच चक्रात अडकेन. या चक्राचं स्वरूप वेगळं असलं तरी शेवटी मी करणार काय तर, जगण्यासाठी काम आणि कामासाठी जगणं, जे मी या पूर्वी केलच होतं आणि ती माझी चूक होती.

सुधारता येण्यासारख्या चुका करत शिकणं हा एक चांगला मार्ग आहे असं मला वाटतं. कारण या मार्गावर आपण माघारी वळू शकू अशी चूक करण्याची अथवा थोडं नुकसान सहन करून प्रत्येक वेळी नव्याने चूक करण्याची संधी असते. मी, स्वतःला चुका करू देण्याच्या स्वातंत्र्याचा मोठा समर्थक आहे. तर, पुन्हा दिल्लीत येऊन मी माझ्या मोठ्या थोरल्या प्रकल्पातील पुढची नवी चूक करण्यास सिद्ध झालो होतो. तुम्ही एखाद्या प्रकल्पाला जितका वेळ द्यायचं ठरवलेलं असतं, तितका वेळ तो लांबतोच.

त्यामुळे, अशा प्रश्नाचा शोध घेणं, ज्या प्रश्नाचं उत्तर मिळाल्यावर मी आयुष्यात काय करायला हवं हे निश्चित होईल, अशा स्वरूपाच्या एका मोठ्या प्रकल्पावर मी काम करत असताना त्याला एक निश्चित मुदत ठेवणं आवश्यक होतं; पण मी ती ठेवली नव्हती. त्यामुळेच माझ्याही नकळत, 'प्रश्नाचा शोध घेणारा प्रवास' हा 'पलायनासाठीचा प्रवास' होऊन बसला. मला तो क्षण अजूनही

आठवतो जेव्हा, मी भरकट असल्याची जाणीव मला झाली.

मी माझ्यासाठी ऑगस्ट २०११मध्ये जीप खरेदी केली. आपल्याला ती आवश्यक आहे असं मी स्वतःला सांगितलं. ती जीप घेऊन मी पर्वत रांगांच्या कुशीतून फिरू लागलो. सर्व ऋषीमुनी हे प्रश्नांच्या उत्तराच्या शोधात पर्वतांवरच गेले होते, म्हणून मी ही पर्वतरांगा पालथ्या घालू लागलो. एक दिवस, लेह-लडाखला जात असताना निम्म्या वाटेत 'जिस्पा' नावाचं गाव लागतं, तिथं मी पोहोचलो असताना मला जाणीव झाली की, मी नेमकं कोणाला फसवत आहे? कारण, फिरणं हे देखील एक प्रकारचं व्यसन किंवा उपभोगच झाला. आणि मला तर याची पूर्ण जाणीव आहे की, कोणत्याही उपभोगामागे अथवा व्यसनामागे वेदनांच्या पाऊलखुणा या असायच्याच. त्यानंतर मी ठरवलं की, मी यापुढे विनाकारण या उपभोगाची पाठराखण करू शकत नाही. आणि मी माघारी फिरलो.

जेव्हा जेव्हा मी हा प्रकार कोणालाही सांगतो, तेव्हा ऐकणाऱ्याला याबद्दल उत्सुकता असते की, त्या जीपचं पुढे काय झालं? तर ती जीप अजूनही माझ्याकडे आहे. मागील १४ वर्षांत त्या जीपने मी एकूण ६० हजार किलोमीटर प्रवास केला आहे. यांपैकी बहुतांश प्रवास हा, कोणत्यातरी बचाव कार्यासाठी, हिमालयाच्या आसपास जमीन शोधण्यासाठी, 'पीपल फार्म'च्या निर्मितीवेळी बांधकामाच्या साहित्याची ने–आण करण्यासाठी आणि अलीकडच्या काळात श्वानांना अन्न देण्यासाठी तसेच त्यांची नसबंदी करण्याकरता फिरण्यासाठी त्या जीपचा वापर झाला आहे. तुम्ही त्याबद्दलचा 'वन्स अपॉन अ टाईम इन स्पिती' हा लघुपट ऑनलाइन पाहू शकता.

तर, आपला मेंदू हा इतका हुशारीने काम करतो की, जी गोष्ट त्याला खरोखर हवीच असते ती मिळवण्यासाठी तो वाटेल ती कारणं तयार करतो. यालाच 'रॅशनलायझिंग' किंवा 'तर्कसंगतीकरण' असं म्हणतात. जेव्हा तुमच्या कृती (धूम्रपानाचंच उदाहरण घ्या!) तुमच्या धारणांशी सुसंगत नसतात (म्हणजे आपण निरोगी राहावं अशी आपली धारणा असते.) तेव्हा आपला मेंदू संज्ञानात्मक विसंगती (नकळपणे परस्परविरोधी समाज करून घेणे.) करतो. हे म्हणजे कसं असतं की, मेंदूला एका वेदनेची किंवा अस्वस्थतेची जाणीव होते; पण मेंदूला तर

त्या वेदनेच्या अथवा अस्वस्थतेच्या अवस्थेत राहायचं नसतं आणि मग तो त्यातून मुक्त होण्यासाठी कारणं शोधतो. तसंच मी सत्याचा शोध घेत होतो. जेव्हा याची मला जाणीव झाली तेव्हा, मी त्या अनुषंगाने योग्य ते पाऊल उचलण्याचा निर्णय घेतला.

प्रकरण ७

मी बाहेर पडलो

मी धरमकोटला गेलो. हिमाचल प्रदेशातील धर्मशाळा येथील मॅक्लिओडगंजपासून काही अंतरावर डोंगराळ प्रदेशात वसलेलं हे गाव. तर मी इथं 'हिप्पी' लोकांप्रमाणे राहू लागलो. या अशा जगण्यामागे संकल्पना अशी होती की, समाजाच्या मुख्य प्रवाहापासून दूर, किमान गरजा ठेवून जीवन जगायचं. वाहन वापरायचं नाही, अनवाणी चालायचं, आधुनिक तंत्रज्ञान आणि उपकरणांचा जागरूकपणे वापर करायचा, प्रामुख्याने संवादासाठी, संगीत ऐकण्यासाठी आणि नव्या गोष्टी शिकण्यासाठीच त्यांचा वापर करायचा. माझ्या जेवणात मी रानातल्या पालेभाज्या, रानफळं आणि हिमालयाच्या पायथ्याशी विशेषत्वाने आढळणाऱ्या 'लुंगड' (फिडेल फर्न) यांचा वापर करू लागलो.

मी अंडी, मांस, दूध यांसारख्या मनाला टोचणी देणाऱ्या महागड्या अन्नपदार्थांचे सेवन करत नव्हतो किंवा अगदी आरामदायी जीवनशैलीही अंगीकारली नव्हती, तरीदेखील साधारण सहा महिन्यांतच मला याची तीव्र जाणीव झाली की, केवळ आनंदाच्या शोधासाठीच नव्हे तर, जगण्यासाठीही कशाचा ना कशाचा तरी उपभोग हा घ्यावाच लागत आहे. हे अगदीच स्वाभाविक होतं; पण इतर अनेक स्वाभाविक बाबींप्रमाणे आपण त्याचा कधी विचारच करत नाही.

उदाहरणार्थ, मी जरी दिवसाला वाटीभर भात खाऊन जगलो असतो, तरी तो तांदूळ पिकवण्यासाठी शेतीची गरज भासणार, त्यासाठी पुन्हा जंगलतोड आलीच आणि जंगलतोड म्हणजे अनेक प्राण्यांची घरं आणि त्यांचं अन्न हिरावून घेणं, हे ओघाने येतंच. मग त्या शेताला पाणी द्यावं लागणार, त्यामुळे उंदीर-साप यांसारख्या बिळात राहणाऱ्या प्राण्यांच्या बिळात पाणी जाणार. जेव्हा नांगरणी होईल तेव्हा अनेक गोगलगाई आणि गांडुळे चिरडली जाणार. त्यांमुळे हा मार्गही काही सुखद आहे असे नाही. पण उत्पादन प्रक्रिया अशीच असते.

यामध्ये कच्च्या मालावर प्रक्रिया करणे, त्याचं पॅकेजिंग करणे आणि ते ग्राहकांपर्यंत पोहोचवणे हे कोळशावर आधारित उद्योगधंद्यावरच अवलंबून आहे.

उत्पादनाच्या पॅकिंगसाठी लागणारं प्लॅस्टिक, वाहतुकीसाठी लागणारं इंधन आणि रस्ते या सर्वांसाठी खाणकाम करावं लागतं. एकूणच या सर्व गुंतागुंतीच्या औद्योगिक प्रक्रियेमुळे हिंसा होते, नुकसान होते आणि अनेकांना खूप सहनही करावं लागतं.

त्यामुळे आनंदाची अनुभूती तर सोडूनच द्या पण केवळ जगण्यासाठी; मी जितके दिवस जगेन त्या प्रत्येक दिवशी माझ्या जगण्यामुळे कोणाला तरी वेदना या होणारच होत्या याची मला जाणीव झाली. मग असंही वाटलं की, जर मी चांगला माणूस असेन तर, मी का जगत राहावं?

इथं एक गोष्ट नमूद करावीशी वाटते की, उत्पादनातून कोणालातरी त्रास सहन करावा लागतो, याची जाणीव मला तेव्हा पहिल्यांदाच झाली असं मुळीच नाही. मात्र, त्या आधी मी उत्पादनातून कोणालातरी होणाऱ्या वेदनेच्या संकल्पनेकडे पाहताना, 'गरज नसलेल्या सुख-सुविधांचा उपभोग घेण्यासाठी; ज्याची आपल्याला आवश्यकता नसते ते पैसे मिळवण्यासाठी किंवा आनंदाच्या अनुभवासाठी केलेला खटाटोप' या दृष्टीने पाहत होतो. मात्र आपण ज्या मूलभूत गोष्टींचा वापर करतो, तो निरूपद्रवीच आहे, असं मी गृहीत धरलं होतं.

माझ्या डोक्यात हे कधी आलंच नाही की, मी घेत असलेल्या उपभोगामुळे किंवा माझ्या वापरामुळे ज्यांना त्रास होतो त्यांना, या गोष्टीने काहीच फरक पडत नाही की, मी माझी मूलभूत गरज भागवण्यासाठी किंवा जगण्यासाठी वाटीभर तांदळाचा भात खातो आहे की माझ्या जिभेचे चोचले पुरवण्यासाठी गोड भात खात आहे. म्हणजेच, त्यांना होणारा त्रास हा कोणत्याही परिस्थितीत सारखाच आहे.

मला असं वाटतं की, आपल्याला एकाच वास्तवाच्या वेगवेगळ्या बाजू दिसतात आणि त्याची वेगळेपणाने अनुभूती येते. कारण आपण सातत्याने बदलत असतो. म्हणजे वयाच्या ३१व्या वर्षी, 'उपभोगाने कोणावर तरी वेदनेच्या खुणा उमटतात' अशी जाणीव झालेल्या मला वयाच्या ३२व्या वर्षी जगूच नये, असं वाटू लागलं होतं.

हे काही नैराशातून वाटलं नव्हतं. तर सातत्याने सुरू असलेल्या तर्कसंगत विचारप्रक्रियेचा हा निष्कर्ष होता. खरं तर हा निष्कर्ष मला अपेक्षित नव्हता, पण मला तो निष्कर्ष आवडत नाही म्हणून मी त्याकडे दुर्लक्षही करू शकत नव्हतो. विचार करण्याची ही पद्धतच माझी दुसरी चूक होती, जी मी तातडीने सुधारली.

मी असा विचार केला की, मी जरी आत्महत्या केली तरीदेखील या जगात अब्जावधी उपभोक्ते आहेत. त्यामुळे उपभोगाचं, उत्पादनाचं आणि त्यातून निर्माण

होणाऱ्या वेदनेचं हे चक्र असंच सुरू राहणार.

आयुष्याच्या वस्त्रात वेदनेचा धागा हा विणूनच आपल्याकडे येतो. त्यापासून तुम्हाला दूर पळताच येणार नाही. कारण अगदी जगण्यासाठीसुद्धा तुम्हाला कशा ना कशाचा तरी उपभोग हा घ्यावाच लागणार, आणि त्यातून कोणाला तरी वेदना होणारच. याचा अर्थ असा नाही की, तुम्ही जगणंच सोडून द्यावं. तर याचा अर्थ असा होतो की, तुम्ही कोणत्याही गोष्टीचा उपभोग घेताना अत्यंत सजगपणे उपभोग घेणं आणि कोणत्यातरी उद्दिष्टासाठी जागरूकपणे जगणं अपेक्षित आहे. कारण तुमच्या आयुष्यातला वेळ हा केवळ तुमचाच नसतो, तर अनेकांच्या त्यागातून तो तुम्हाला मिळालेला असतो.

पण मग हे उद्दिष्ट कोणतं? या प्रश्नाचं उत्तर मला, त्यावेळी मी होतो त्या पलायनवादी 'हिप्पीं'चा स्वर्ग असलेल्या धरमकोटमध्ये नव्हे तर कर्मयोगाचा अंगीकार करणाऱ्या 'हिप्पीं'च्या कर्मभूमीत सापडलं.

प्रकरण ८

काळोखानंतरचा उषःकाल

मी ऑगस्ट २०१२मध्ये 'ऑरोविल'मधल्या हरित पट्ट्यातल्या एका अतिथीगृहात माझा तळ ठोकला. 'ऑरोविल'ची मूळ संकल्पना श्री अरविंद यांची आणि ती प्रत्यक्षात साकारली 'द मदर' अर्थात मीरा अल्फासा यांनी! त्यांनीच 'ऑरोविल' या आंतरराष्ट्रीय शहराची निर्मिती केली. श्री अरविंदांच्या संकल्पनेतील 'व्यष्टी' आणि 'समष्टी' जीवन प्रत्यक्षात साकारणं आणि संपूर्ण जगाच्या उज्ज्वल भवितव्याचा मार्ग आखून देणं, हा या शहराच्या निर्मितीमागील हेतू आहे.

ऑरोविलची नगररचना अत्यंत सुनियोजित पद्धतीने करण्यात आली आहे. येथील पायाभूत सुविधांची मांडणी अशा पद्धतीने करण्यात आली आहे की, जे कोणी समाजहिताचं कार्य करू इच्छितात त्यांना इथं जमीन उपलब्ध करून देण्यात येईल. याशिवाय ऑरोविलचं अस्तित्व टिकून राहावं, यासाठी त्यांचे स्वतःचेही काही प्रकल्प आहेत. जसं की, त्यांचं स्वतःचं आकाशवाणी केंद्र, कचरा व्यवस्थापन यंत्रणा, जलशुद्धीकरण केंद्र, सौरऊर्जेवर आधारित स्वयंपाक घरं आणि स्वतःची चलन व्यवस्थादेखील, जी 'क्वासी डेबिट कार्ड'द्वारे चालते.

जे उदात्त स्वप्न उराशी बाळगून या शहराची निर्मिती केली गेली होती, ते स्वप्न जरी प्रत्यक्षात साकार झालेलं नसलं तरी ऑरोविलमधील नागरिकांना आणि आध्यात्मिक अनुभूतीच्या शोधात भारतात आलेल्या माझ्यासारख्या प्रवाशांना हे ठिकाण मनाला शांती देणारं नक्कीचं आहे. जोपर्यंत तुम्ही इथल्या रहिवाशांशी जुळवून घेऊ शकता; तोपर्यंत हे शहर म्हणजे तुमच्यासाठी खूप काही शिकवणाऱ्या मुक्त स्रोताप्रमाणे आहे. या शहराची व्यवस्था सुरळीत चालावी यासाठी ऑरोविलमधील नागरिकांकडून विविध प्रकल्प राबवले जातात.

जसं की, कचऱ्याच्या व्यवस्थापनासाठी 'इको सर्विस', बातम्यांसाठी 'ऑरोविल रेडिओ', पुरवठा व्यवस्थेसाठी 'पोख तुस!' त्याचप्रमाणे तिथं असेही काही प्रकल्प राबवले जातात जे, तिथं बाहेरून येऊन स्थायिक झालेल्या नागरिकांनी हाती घेतले आणि 'ऑरोविल फाउंडेशन'ला ते त्यांच्या संकल्पनाशी सुसंगत वाटले आहेत. त्यात सेंद्रिय शेती, जंगल संवर्धन यांसारख्या प्रकल्पापासून ते इथं येणाऱ्या

प्रवाशांसाठी अतिथीगृह चालवण्यापर्यंत विविध प्रकल्पांचा समावेश आहे. तुम्ही यांपैकी कुठल्याही प्रकल्पात सहभागी होऊ शकता. तुम्ही जर त्या प्रकल्पासाठी पुरेसा वेळ दिला, थोडा संयम बाळगला आणि स्वतःच्या कौशल्यांचा वापर केलात तर, हे प्रकल्प कशा पद्धतीने चालतात; हे तुम्हाला अगदी नेमक्या पद्धतीने शिकता येतं.

मी इथं मिळालेल्या माहितीचं विश्लेषण आणि वर्गीकरण करून ती समजावून घेतली. ही प्रक्रिया फार रंजक होती. मी या नव्या आणि चमचमत्या गोष्टींनी फार भरावून गेलो होतो, इतका की, मी अन्य सगळ्या गोष्टी काही काळ विसरलो, पण या स्वप्नवत दुनियेत रमून मी किती काळ आनंदी राहू शकतो, याची मला काहीच कल्पना नव्हती.

इथंच एक दिवस मी जिमी नावाच्या माझ्या एका मित्राकडे स्नेहभोजनासाठी दुचाकीवरून जात होतो. जिमी म्हणजे 'ऑरोविल'चे अस्सल रहिवासी बरका! ते १९७०पासून इथं राहत आहेत.

यावेळी ऑरोविलमधील काही नागरिकांनी झळकावलेल्या फलकांनी माझं लक्ष वेधून घेतलं, या फलकावर एकात्मिक पशुकल्याण केंद्रा (इंटिग्रेटेड ॲनिमल केअर सेंटर)बद्दल लिहिलं होतं.

या फलकावर लिहिलं होतं की,

'लॉरेन नावाची कोणी एक महिला अनेक श्वानांचा संभाळ करत असून तिला मदतीची गरज आहे.'

लहानपणी मला श्वानांबरोबर खेळायला फार आवडायचं. कुत्र्याचं एखादं पिल्लू जर गटारात पडलं असेल, तर त्याला बाहेर काढण्यासाठी, माझी आई मला आणि माझ्या बहिणीला पाठवत असे.

मी जेव्हा मला प्राणी आवडतात असं म्हणायचो; तेव्हा त्याचा अर्थ मला श्वान आवडतात असाच असायचा. कारण तोच एक प्राणी होता जो आम्हाला आसपास दिसत असे, त्या व्यतिरिक्त दुसरा प्राणी म्हणजे मंदिरातली गाय. माझी आई काकडी, भोपळ्याचं साल आणि केळी यांचं मिश्रण बनवून, ते त्या गाईला खायला घालण्यासाठी आम्हाला पाठवत असे.

लहानपणी मी असाही विचार करायचो की, मी मोठा झाल्यावर श्वानांसाठी काहीतरी करेन. मात्र, त्यांना खायला घालणं आणि कुठेतरी अडचणीत असलेल्या श्वानांची सुटका करणं, या व्यतिरिक्त तोपर्यंत मी त्याअनुषंगाने विशेष असं

काहीच केलं नव्हतं. पण मी, या माझ्या कल्पनेबद्दल फारसा कधी गांभीर्याने विचार केला नव्हता.

आपल्या सुप्त मनात अशा लक्षावधी संकल्पना कुठल्याशा एका कोपऱ्यात पडून असतात; ज्या प्रत्यक्ष अमलात आणण्याची कोणतीही योजना आखण्याचा आपण विचारही केलेला नसतो; तसाच हा विचार माझ्या सुप्त मनाच्या कोपऱ्यात पडून होता.

खरं तर, अमेरिकेत असताना मी एकदा माझी कंपनी विकण्याची योजना आखली होती, त्यावेळी ती कंपनी जे विकत घेणार होते त्यांच्याकडून या व्यवहारातील सर्व कायदेशीर बाजू तपासणाऱ्या ॲलेक्सने मला विचारलंदेखील होते की, "तुम्ही एवढ्या साऱ्या पैशांचे करणार तरी काय?"

आणि त्यावेळी मीदेखील कोणताही विचार न करता पटकन बोलून गेलो, "मी भारतात जाऊन प्राण्यांसाठी एखादं निवारा केंद्र चालवेन."

हे मी त्याच्यावर प्रभाव पाडण्यासाठी बोलेलो नव्हतो, पण माझ्याकडे दुसरी कुठली योजनाच नव्हती. मला तर तेव्हा हेदेखील माहिती नव्हतं की, 'प्राण्यांसाठीचं निवारा केंद्र' असतं कसं. त्यामुळे तेव्हा माझ्यातलं लहान मुलंच ते बोलून गेलं. एखाद्या लहान मुलाला, तू मोठेपणी कोण होणार असं विचारल्यावर तो जसं, अंतराळवीर, पोलिस किंवा आणखी काही उत्तर देतो, अगदी तसंच अबोधपणे मी बोलून गेलो. असो. तर, आता मला ती संधी मिळाली होती.

स्नेहभोजनाच्या दुसऱ्याच दिवशी, ज्या 'इडायनचवड' गावात हे पशु कल्याण केंद्र (आयएसीसी) चालवलं जात होतं, तिथं मी गेलो. त्याचा पत्ता जेव्हा लोकांना मी विचारला, तेव्हा त्यांनी केवळ भुंकणाऱ्या कुत्र्यांचा आवाज जिकडून येतो; त्या दिशेने जा असं सांगितलं.

मी एक लोखंडी दरवाजा उघडून आत जात असताना, 'कोण आहे?' असे शब्द माझ्या कानावर पडले.

'लॉरेन' म्हणजे एक अत्यंत उदार अंतःकरण असलेली, प्राण्यांबद्दल कणव बाळगणारी एक स्त्री, अशी प्रतिमा मी माझ्या मनात तयार करून गेलो होतो. मात्र पहिल्या भेटीत मला त्यांचं व्यक्तिमत्व त्याच्या अगदीच उलटच भासलं.

त्या चिडक्या, वैतागलेल्या आणि सहनशक्ती संपलेल्या दिसत होत्या. पण, ऑरोविलमधल्या हॉटेलमध्ये शिल्लक राहिलेलं अन्न गोळा करून, मग ते वेगवेगळं ठेवून श्वानांना खाऊ घालायचं, असं करावं लागणाऱ्या कोणाचीही हीच अवस्था होईल.

त्या ‘आयएसीसी’मध्ये स्वयंसेवक म्हणून आल्या होत्या. मात्र एक दिवस ‘आयएसीसी’च्या संस्थापिका रिटा यांनी तिथं येणं बंद केलं आणि मग स्वतःवर पडलेल्या जबाबदारीच्या जाणिवेने लॉरेन या ‘आयएसीसी’मध्येच अडकून पडल्या. एक तर तिथल्या श्वानांना तसंच मरू द्यावं किंवा त्यांच्यासाठी जे शक्य आहे ते सर्व करावं, हे दोन पर्याय त्यांच्यापाशी होते, त्यामुळे त्यांना तिथून हलताच येईना.

मला जे हवं होतं; ते सर्व किंबहुना त्यापेक्षा जास्तच मला मिळालं होतं, तरीदेखील मी आनंदाच्या शोधात होतो. तर दुसरीकडे ही ज्येष्ठ महिला होती, तिचं वय झालं होतं, ती थकली होती, हाती काहीच नसल्यामुळे हताश झाली होती, तरीही ती देतच होती.

जरी, हे सर्व पाहून मी उत्कट भावनांनी भारावून गेलो होतो, तरी लॉरेन यांच्याशी माझं संभाषण मात्र वेगळंच झालं.

मी त्यांना विचारलं, “त्यांना काही मदतीची गरज आहे का?”

त्यावर त्यांचं उत्तर होतं, “तुम्हाला काय वाटतं?”

आता विचार केला की जाणवतं, त्यांच्या जागी मी असतो, आणि मला कोणी असा प्रश्न विचारला असता, तर मीही असंच उत्तर दिलं असतं. खरंतर आम्हा दोघांनाही मदतीची गरज होती. लॉरेन यांना, त्यांनी निवडलेल्या मार्गावर चालण्यासाठी आणि मला मार्ग निवडण्यासाठी.

प्रकरण ९

‘सोडून’ देणं सोडले

तुमच्या जीवनात घडलेल्या घटनाक्रमांचा अन्वयार्थ त्या घटना घडताना स्पष्ट होत नाही, तर मागे वळून पाहतानाच आपल्याला कळते की, भूतकाळातील अनुभवांनी आपल्या वर्तमानाला कसा आकार दिला आहे.

- स्टीव्ह जॉब्स

माझ्या आईने लहानपणी माझ्यात जे बीज पेरलं होतं, ते लॉरेन यांच्या भेटीनंतर अंकुरलं. माझ्या आईच्या माहेरच्यांनी स्वातंत्र्य संग्रामात सहभाग घेतला होता. त्यामुळे मी भगवान बुद्ध, गुरुनानक, विवेकानंद यांच्याकडून प्रेरणा घ्यावी असं तिला कायम वाटे; पण मला मात्र माझे श्रीमंत मित्र आणि त्यांच्या जीवनशैलीबद्दलच अधिक आकर्षण होतं.

मला असं वाटतं की, बहुतांश मुलं त्यांच्या पौगंडावस्थेत मुली, कार आणि व्यसनांकडे आकर्षित होतात. माझे बहुतांश मित्र हे दिसायला देखणे आणि सधन कुटुंबातील होते. त्यामुळे पौगंडास्थेत त्यांना ज्या काही गोष्टी मिळत होत्या; त्या त्यांनी नाकाराव्यात असं कोणतंही कारण दिसत नव्हतं. मला त्यांचं फार अप्रूप वाटे. माझ्या आईची शिकवण मात्र या झगमगटाच्या जीवनशैलीच्या अगदी विरुद्ध म्हणजे एखाद्या तापलेल्या तव्यावर बर्फाचा गोळा ठेवावा, तशी अगदीच विरुद्ध होती.

असो! तर, "आनंदी राहणं हाच आयुष्याचा उद्देश नाही का?" ही माझ्या विचार प्रक्रियेतील पहिली चूक, या टप्प्यावर सुधारली गेली. त्या क्षणापर्यंत मी केवळ जन्माला आलो म्हणून जगत होतो. सुखवस्तू जीवन जगावं आणि आनंदी राहावं; हेच माझ्या आयुष्याचं उद्दिष्ट होतं. तुम्ही जर याकडे विचारपूर्वक पाहिलं तर हे तुम्हाला अगदीच निरर्थक वाटेल. जगणं अधिक सुसह्य व्हावं, यासाठी जगत राहणं, आनंद हेच तर करत असतो ना?

आपल्याला असं वाटतं की, आनंद हेच जीवनाचं उद्दिष्ट आहे; पण खरं तर

आनंद म्हणजे, आपण जेव्हा एखादं उद्दिष्ट डोळ्यांसमोर ठेवून जगत असतो, तेव्हा जगण्याची ती आदर्श अवस्था.

मला याची जाणीव झाली की, आनंद मिळवण्याच्या अट्टहासापायी मी बहुदा दिग्भ्रमित झालो होतो. आनंद म्हणजे, एखाद्या थंड प्रदेशातील प्रवासादरम्यान अंगावर असलेल्या उबदार गोधडीप्रमाणे आहे. हा प्रवास अधिक सुखकर करण्यावरच मी अधिक भर देत होतो; पण मी हा प्रवास का करतो आहे, याकडे माझं दुर्लक्ष होत होतं आणि अजूनही होत आहे, याबद्दल मात्र मी अनभिज्ञ होतो.

जेव्हा आपल्याला कोणी विचारतं की, आपण का जगत आहोत? तेव्हा आपण म्हणतो की, आनंदासाठी! पण हे म्हणणं म्हणजे असं झालं की, आम्ही एखाद्या थंड प्रदेशातून प्रवास का करत आहोत? तर म्हणे, गोधडीची ऊब अनुभवण्यासाठी.

कोणतंच उद्दिष्ट न ठेवता थंडी सहन करून प्रवास करण्याला काय अर्थ आहे? आणि विशेषत: त्या प्रवासात इतर अनेकांना तुम्हाला पायदळीही चिरडावं लागणार आहे. (म्हणजेच तुमच्यामुळे त्यांना त्रास सहन करावा लागणार आहे.)

मी आनंदाच्या प्राप्तीसाठी सुरू असलेली माझी धाव थांबवत, आयुष्याचा उद्देश शोधण्यासाठीच्या प्रवासाला निघालो. माहीत नव्हतं की, आयुष्यात अंतिम उद्देश असा काही प्रकार खरोखर असतो की नाही. कदाचित तो आपल्याला सापडणार नाही. पण तोपर्यंत मला आयुष्यातलं एक सत्य मात्र कळलं होतं, ते सत्य म्हणजे, ज्या कोणामध्ये हालचाल करण्याची क्षमता आहे, तो प्रत्येक जण वेदनेच्या स्त्रोतापासून दूर जाण्याचा प्रयत्न करत असतो, मग तो मनुष्य प्राणी असो, गुरं असोत की श्वान असो, लिंग, जात, प्रजाती कोणतीही असो, पण ते वेदनेच्या स्त्रोतापासून दूर जाण्याचा प्रयत्न करतातच. त्यामुळे, जर वेदना ही सार्वकालीन, सार्वत्रिक आणि सर्वांत वाईट गोष्ट असेल, तर वेदना कमी करणं हीच सर्वांत चांगली गोष्ट आहे आणि हेच मी माझ्या जीवनाचं उद्दिष्ट ठरवलं. याच क्षणापासून माझं जीवन या उद्दिष्टाने आकाराला येत गेलं.

आपल्यासह प्रत्येक जण जगत असतो, तेव्हा कोणाला तरी त्या जगण्यामुळे वेदना सहन कराव्या लागतातच, त्यामुळे त्या वेदना कमी करण्यासाठी जगणं हे नक्कीच अर्थपूर्ण आहे. मला अक्षरश: या गोष्टीची हुरहुर वाटू लागली की, मला हे आधीच का लक्षात आला नाही. म्हणजे, जी माझी जीवनशैली होती त्यामुळे इतरांच्या वेदनेत वाढ होत आहे, या जाणिवेने मला ती जीवनशैली सोडून द्यायची होती, तर मी अशी जीवनशैली बनवणे संयुक्तिक होतं, ज्यामध्ये इतरांना कमी

वेदना होतील. या क्षणाच्या पूर्वीपर्यंत माझ्या सुखी आयुष्याची परिमाणं ही आरामदायी अनुभूती, सुख-सुविधा आणि आनंद हीच होती; पण आता मात्र ते परिमाण बदलून, शारीरिक वेदना कमी करणे, हे झालं होतं. याचा अर्थ असा नाही की, मानसिक वेदना, त्रास किंवा तणाव हे माझ्या खिसगणतीतच नाहीत! पण, मला माझ्या परिमाणात सुस्पष्टता हवी होती आणि मानसिक वेदानेपेक्षा शारीरिक वेदनेच्या खुणा या विशेषतः प्राण्यांमध्ये अधिक स्पष्टपणे दिसतात.

आयुष्यात पहिल्यांदाच मला याची जाणीव झाली होती की, मी कशासाठी जगत आहे. मला आयुष्यभरासाठी एक फार मोठा आणि व्यापक प्रकल्प मिळाला होता. विशेष म्हणजे, एक उद्दिष्ट पूर्ण करून, उद्दिष्टांच्या यादीतील त्या उद्दिष्टासमोरील रकाना भरून पुढच्या रकान्याकडे वळायचं, असं त्याचं स्वरूप नव्हतं. आता मी केवळ जन्माला आलो आहे म्हणून जगण्याऐवजी, भरभरून जगण्याचा पर्याय निवडला होता.

स्वातंत्र्य हेच आयुष्याचं ध्येय बनवण्याचा, मी जाणीवपूर्वक घेतलेला आयुष्यातील पहिला निर्णय मला आयुष्याच्या अशा टप्प्यावर घेऊन आला होता, जिथं मला पहिल्यांदाच माझ्या अस्तित्वाबाबतच अस्वस्थता निर्माण झाली होती. त्या अस्वस्थतेपासून दूर पळण्याऐवजी, मी त्या अस्वस्थतेला कवटाळलं, हा माझ्या आयुष्यातील मी जाणीवपूर्वक घेतलेला दुसरा निर्णय होता. या अस्वस्थतेनेच तिच्यातून बाहेर पडण्यासाठी मार्ग शोधण्याच्या प्रवासावर धाडलं. त्या प्रवासातून अनपेक्षितपणे मला माझ्या आयुष्याचा उद्देश सापडला. या उद्देशाच्या पूर्तीसाठी आयुष्याची दिशा पुन्हा बदलणे हा मी आयुष्यात जाणीवपूर्वक घेतलेला तिसरा निर्णय. यानेच माझ्या आयुष्यातील अस्वस्थता दूर केली.

आता माझ्याकडे माझ्या आयुष्यासाठी माझं असं तत्त्वज्ञान होतं. "केवळ जगण्यापुरताच उपभोग घ्यायचा आणि जे स्वतः स्वतःची मदत करू शकत नाहीत अशांची वेदना कमी करण्यासाठी जगायचं."

मी वेदना कमी करण्यासाठी माणसांऐवजी प्राण्यांवर काम करण्याचा निर्णय घेण्यामागे, मानवाप्रमाणे स्वतःची वेदना कमी करण्याची क्षमता या प्राण्यांमध्ये नसते, हे एक कारण होतं.

दुसरं कारण म्हणजे त्यांना त्यांचं वेदनेनेयुक्त अस्तित्व संपवण्याचा किंवा प्रजनन रोखून दुःखाचं हे चक्र थांबवण्याचा कोणताच अधिकार मिळालेला नाही, हेदेखील होतं.

मी लॉरेन यांना सांगितलं की, “मला अमेरिकेला परत जावं लागेल आणि तिथला सर्व प्रपंच गुंडाळून मग यावं लागेल; “पण मी परत येईनच!” यावर पाणावलेल्या डोळ्यांनी त्या म्हणल्या, “बरं, ठीक आहे.”

प्रकरण १०

उद्दिष्टपूर्तीच्या मार्गावर

‘तुमचं जीवन जगून झालं आहे आणि आता तुमचा मृत्यू झाला आहे,’ अशी कल्पना करा! त्यामुळे नेमकं काय जगायचं राहिलं? याचा विचार करा आणि आता, जे जगायचं राहिलं असं वाटत असेल, त्यावर लक्ष केंद्रित करा आणि त्यानुसार योग्य पद्धतीने जगा.

–मार्कस ऑरेलियस

अमेरिकेतील माझा छोटासा संसार आवरून परतायला मला सहा महिने लागले. मी २०१३मध्ये ‘ऑरोविल’मध्ये परत आलो. तिथून मी ‘आयएसीसी’मध्ये गेलो.

पुन्हा तोच क्रम, लोखंडी दरवाजा उघडताना येणारा आवाज आणि “कोण आहे?” असा लॉरेन यांचा प्रश्न.

“हे पाहा, मी शब्द दिला होता त्यानुसार मी परत आलो!”

“कोण तू?”

“रॉबिन!”

“रॉबिन कोण?”

मी पुन्हा येईन असं त्यांना कदाचित वाटलंच नव्हतं. मला आतापर्यंत भेटलेल्या व्यक्तींपैकी सर्वांत वैतागलेली व्यक्ती म्हणजे लॉरेन. जेव्हा तुम्ही सातत्याने प्रचंड मोठ्या प्रमाणात वेदना पाहत असता आणि त्या कमी करण्यासाठी तुम्हाला फार थोडंच करता येणार असतं, तेव्हा आपोआप तुम्ही असेच होऊन जाता. माझ्याबरोबर ‘जो’ नावाचा माझा मित्रदेखील आला होता. आम्ही दोघांनी लॉरेन यांना मदत करायला सुरुवात केली.

श्वानांसाठी गोळा केलेल्या अन्नाचं वर्गीकरण करणं आणि त्या अन्नातून श्वानांना साबणाचे तुकडे, प्लॅस्टिक किंवा काचेचे तुकडे जाऊ नयेत, यासाठी ते स्वच्छ करून देणं हे काम आम्ही दोघं करू लागलो.

लॉरेन यांच्याकडे असणाऱ्या ५०-६० श्वानांची काळजी घेण्यासाठी आम्ही

त्यांना मदत करत असलो, तरी मला याची जाणीव होती की, जर वेदना कमी करणं, हे माझ्या आयुष्याचं सर्वोच्च ध्येय असेल, तर सध्या मी जे करत आहे ते, माझ्या उद्दिष्टाच्या अनुषंगाने पुरेसं नाही. कारण माझ्याकडे असलेला वेळ आणि सामर्थ्य यांना मर्यादा होती. त्यामुळे मला जर खरंच बदल घडवून आणायचा असेल तर, केवळ याच सेवाकार्यात अडकून पडून उपयोग नव्हता, मला अधिक नियोजनबद्ध पद्धतीने माझं धोरण आखणं आवश्यक होते. त्यामुळे अगदी स्वाभाविकपणे आमचा पुढचा उपक्रम होता, श्वानांची नसबंदी. या उपक्रमाच्या माध्यमातून आम्ही श्वानांची नसबंदी करून भविष्यातील वेदनांना रोखण्याचा प्रयत्न करत होतो. परंतु हे सर्व सीमित वैद्यकीय साहित्य आणि अपुरी मदत यांच्या आधारे 'ऑरोविल'मध्ये करणं अशक्य होतं. त्यामुळे जो आणि मी असा निर्णय घेतला की, आपण हा उपक्रम दिल्लीमध्ये सुरू करायचा. दिल्लीमध्ये हा उपक्रम अधिक प्रभावीपणे राबवला गेला, कारण तिथं माझ्या अधिक ओळखी होत्या, मला तिथल्या परिसराची चांगली माहिती होती आणि तिथं भाषिक अडथळादेखील येत नव्हता.

प्राण्यांची नसबंदी म्हणजेच 'ॲनिमल बर्थ कंट्रोल' (एबीसी) उपक्रम प्रभावीपणे राबवण्यासाठी, हा उपक्रम ज्या परिसरात राबवायचा आहे, तेथील ७० टक्के मादी श्वानांची नसबंदी प्रजननाच्या हंगामाआधीच करणं आवश्यक असतं. संपूर्ण दिल्लीमधल्या श्वानांना पकडणे, त्यांच्यावर नसबंदीची शस्त्रक्रिया करणे आणि शस्त्रक्रियेनंतर काही दिवस त्यांची काळजी घेणे, यासाठी आम्हाला मोठ्या प्रमाणात मनुष्यबळ आणि साधने लागणार होती, जे शक्य नव्हतं. दिल्ली तरच नव्हेच पण तिथल्या एखाद्या मोठ्या परिसरातदेखील अशा पद्धतीने उपक्रम राबवण्याएवढी साधने आमच्याकडे नव्हती. त्यामुळे आम्ही ठरवलं की, अगदी छोटे-छोटे भाग निवडायचे आणि तिथं हा नसबंदीचा उपक्रम राबवायचा. संबंधित भागातील मादी श्वानांना निवडून त्यांना पकडण्यासाठी आम्ही भटक्या श्वानांना खाऊ घालणाऱ्या व्यक्तींची मदत घेतली. 'सोनदी फाउंडेशन'च्या डॉ. विजय यांनी श्वानांवर नसबंदीची शस्त्रक्रिया मोफत करून दिली.

शस्त्रक्रियेनंतर श्वानांची काळजी घेण्यासाठी, माझ्या घराच्या टेरेसवर शिवानी आणि मी आम्ही दोघांनी एक जागा केली. माझी जीप आठवते का? शेवटी या जीपचा योग्य उपयोग झालाच. आम्ही त्या जीपमधील मागची बैठक व्यवस्था काढून टाकली आणि त्या जागी श्वानांसाठीचा पिंजरा बसवला. त्या जीपचा वापर

आम्ही श्वानांची ने–आण करण्यासाठी करू लागलो. आम्ही आमच्या या 'एबीसी को-ऑपरेटिव्ह' उपक्रमाला A bit of compassion, cooperative म्हणजेच 'सहकारी तत्त्वावर आधारलेला मायेचा अथवा करुणेचा उपक्रम,' असं म्हणू लागलो.

हळूहळू आम्ही या उपक्रमाची व्याप्ती वाढवण्यात यशस्वी झालो. आम्ही एक व्हॅन खरेदी केली. या व्हॅनमध्ये श्वानांसाठी एकापेक्षा अधिक पिंजरे मावत होते, त्यामुळे आम्हाला एकापेक्षा अधिक श्वानांची ने–आण करणं सोपं झालं होतं. आम्ही व्हॅनसाठी एका चालकाची आणि श्वानानांना पकडण्यासाठी एका व्यक्तीची नियुक्तीही केली होती. आमच्या इमारतीचा तळमजला, जो माझ्या वडिलांनी गुंतवणूक म्हणून घेतला होता, त्याचं रूपांतर आता मी श्वानांच्या नसबंदीनंतर त्यांची काळजी घेण्यासाठीच्या केंद्रात केलं होतं.

सर्वकाही सुरळीतच सुरू होतं, परंतु प्राणी कल्याणाचं हे रहाटगाडगं काही काळ सुरू राहिल्यावर आम्हाला प्रामुख्याने तीन गोष्टींची जाणीव झाली.

१. प्राण्यांसाठी काम करणाऱ्या आमच्यासह बहुतांश संस्था या केवळ श्वानांपुरत्याच मर्यादित राहतात. वास्तविक पाहता सर्वच प्राण्यांना वेदनांची समान अनुभूती येत असते.
२. दीर्घकाळ बदल घडवून आणण्यासाठीचा एकमेव मार्ग म्हणजे, लोकांचा प्राण्यांकडे पाहण्याचा आणि त्यांच्याशी वर्तनाचा दृष्टिकोन बदलणे.
३. जरी हे कार्य निस्वार्थ भावनेतून सुरू असेल, तरी त्याची व्याप्ती एकट्याने वाढवता येणे शक्य नाही. त्यामुळे ती व्याप्ती वाढवण्यासाठी यात अनेकांना सहभागी करून घेणे, आवश्यक आहे. या कार्यात अनेकांना सहभागी करून घेण्याबरोबरच अनेकांना ते जिथं असतील, तिथं हे काम करण्यासाठी प्रेरणा देणेही आवश्यक आहे.

त्यामुळे आम्ही असा निर्णय घेतला की, एक असं ठिकाण निर्माण करायचं जिथं प्राण्यांना बरं तर केलं जाईलच पण त्याचबरोबर त्यांच्या वेदना आणि शब्दाविना असलेलं त्यांचं म्हणणंदेखील समजून घेतलं जाईल. हे एक असं ठिकाण असेल जिथं लोकांना अधिकाधिक सकारात्मक काम करण्याची प्रेरणा मिळेल.

त्याचप्रमाणे अशा पद्धतीच्या तत्त्वज्ञानावर आधारित कार्य करण्यासाठी एखादा

उपक्रम हाती घेण्याची प्रेरणा या ठिकाणी त्यांना मिळेल.

मी मागे उल्लेख केला होता, तो केरळमधला माझा प्रयोग आठवतोय का? भलेही मला त्यावेळी ही जाणीव झाली की, शहरापासून आणि सर्व सुख-सुविधांपासून दूर निसर्गाच्या सान्निध्यात राहणं, हे काही माझं ध्येय नाही. तरीदेखील त्या अनुभवाने मला त्यावेळी माझ्या स्वप्नातील माझ्या आदर्श जीवनाची एक स्वल्पशी कल्पना मात्र नक्कीच दिली होती.

एकदा का मला माझ्या आनंदाचं सूत्र गवसलं की, मी शहरापासून दूर एखाद्या फार्म हाऊसमध्ये आनंदाने राहीन. जिथं शुद्ध हवा आणि पाणी असेल. मी माझ्या पुरतं धान्य पिकवेन ज्यामुळे निर्माण होणाऱ्या वेदनेच्या खुणा कमी करून माझं आरोग्य सुधारेन. असं माझं स्वप्न होतं; पण जीवनाचं उद्दिष्ट शोधण्याच्या नादात माझं ते स्वप्न सुप्त मनातच राहून गेलं होतं. मात्र, प्राणी कल्याणाचा जो उपक्रम मी सुरू केला होता, त्यातील पुढचं पाऊल हे, माझा उपक्रम आणि माझं स्वप्न, यांची सांगड घालणारं ठरलं. मी त्यासाठी जागा शोधू लागलो.

केरळमधील माझ्या अनुभवाने मला आणखी एक गोष्ट शिकवली होती ती म्हणजे, जिथं भाषिक अडथळा आहे, अशा ठिकाणी काम करणं मला अवघड होऊन बसतं. त्यामुळे जेव्हा-जेव्हा मी जमीन घेण्याबाबत विचार करायचो तेव्हा पर्वताच्छादित हिमाचल प्रदेश किंवा उत्तराखंडच माझ्या डोळ्यांसमोर येत असे; जिथं शुद्ध हवा आणि पाणी उपलब्ध होतंच त्याबरोबरच तिथं हिंदी भाषा बोललेली जात होती.

आता मी जागा खरेदीबाबत गांभीर्याने प्रयत्न करू लागलो, पण ती पाहत असताना अनेक चाळण्यादेखील लावू लागलो. जमीन ही सखल भागात असावी, जिथं तीव्र हिवाळा नसावा की ज्यामुळे प्राण्यांना थंडीचा त्रास होऊन म्हणजेच 'हायपोथर्मिया'ने ते आजारी पडतील. ती जागा अशी असावी की, जिथं जाण्यासाठी पुरेसा रुंद रस्ता असावा, जेणेकरून गुरांसाठीच्या चाऱ्याचे ट्रक त्या मार्गावरून सहज जाऊ शकतील. ती जागा अशी असावी की, जिथं आम्हाला कूपनलिकेद्वारे मुबलक पाणी उपलब्ध होईल, कारण मोठ्या प्राण्यांना भरपूर पाणी लागतं. त्याचप्रमाणे भरपूर पर्यटक येथील अशा ठिकाणी ही जमीन असावी जेणेकरून आम्हाला या उपक्रमासाठी तुलनेने पट्कन स्वयंसेवक मिळतील.

आणि अशा पद्धतीने एक-एक चाळणी लावत अखेर आम्ही हिमाचल प्रदेशातील कांगडा जिल्ह्यात येऊन स्थिरवलो. या जागेच्या निवडीचं एक मुख्य

कारण परमपूजनीय दलाई लामा यांचं तिथं असणं, हे देखील होतं. कारण त्यांच्या दर्शनासाठी तिथं येणारे अनेक लोकं यांना 'करुणा' या भावनेमध्ये विशेष रस असतो.

त्यात मी जाणीवपूर्वक घेतलेला एक निर्णय जो माझा शहाणपणाच ठरला, तो म्हणजे तिथं प्रस्तावित असलेल्या एका विद्यापीठाच्या जवळ मी जमीन घेणं टाळलं, त्या जमिनीचे भाव वाढू शकणार होते. खरंतर या उपक्रमातून लाभ मिळवणं हा माझा हेतू असता, तर त्या विद्यापीठाजवळ जमीन घेणे हा निर्णय योग्य ठरला असता. पण मी तसं केलं नाही. मी अशा जागेच्या शोधात होतो; जिथं भविष्यात मी स्थायिक होऊ शकेन. जिथं स्थायिक झाल्यानंतर मी कामाचा विस्तार करेन आणि त्यासाठी भविष्यात मला अधिक जागेची गरज भरणार, अशा परिस्थितीत मी जर त्या प्रस्तावित विद्यापीठाजवळ जागा घेतली आणि पुढे मला आणखी जागा घ्यावी लागली तर, वाढलेल्या किमतीमुळे मला ती महागात पडेल आणि म्हणूनच त्या विद्यापीठाजवळच्या जागेची निवड चुकीची ठरली असती.

जागेची निवड करताना एक गोष्ट मात्र मी तपासली नाही, ज्यामुळे सुरुवातीच्या काळात मला तिथे थोडा त्रास झाला, ती म्हणजे नेटवर्कची उपलब्धता. तुम्हीदेखील जागा घेताना याचा विचार करणं आवश्यक आहे.

प्रकरण ११

ध्येय मार्गातील अडथळे : भीती आणि अपराधीपणा

सर्वकाही गमावल्यावरच, कोणतीही गोष्ट करण्यास आपण मोकळे असतो.

—चक पलाहन्युक

('फाईट क्लब' कादंबरीतून...)

आम्ही २०१४च्या मध्यात धनोटुगावात सखल भागात छोटीशी जागा खरेदी केली. हे गाव थोडं दूर होतं. आम्ही जागेबाबत जे निकष ठेवले होते, ते सर्व निकष या जागेत पूर्ण होत होते. मात्र, इथं मोबाईलला रेंज अजिबातच येत नव्हती. खरं तर, जागा बघताना या गोष्टीचाही विचार आम्ही करायला हवा होता; पण तो आमच्याकडून झाला नाही. असो; जमिनीचा व्यवहार करताना, ती काही मोठी अडचण नव्हती.

जमीन खरेदी करताना बहुतांश लोकांना येणारी सर्वांत मोठी समस्या म्हणजे, खरेदीच्या सुरुवातीलाच येणारा मोठा खर्च. मात्र आम्ही भारतामध्ये, एक फार्म हाऊस बांधायचं म्हणून पैसे साठवून ठेवले होते. केरळला जाण्यापूर्वी पासूनच, आमची ती एक सुरम्य कल्पना होती. अशातच आम्ही ज्या जागेची निवड केली होती, त्या ठिकाणी सहसा कोणी जमीन खरेदीसाठी येणार नसल्यामुळे, त्या जागेची किंमत कमी होती.

कुठलेही नकाशे न घेता निघालेल्या या प्रवासात अनेक अडथळेही येणार होतेच. एक असा तंत्रज्ञ, ज्याचं आत्तापर्यंतचं आयुष्य हे वातानुकूलित खोलीत बसून संगणकावर काम करण्यात गेलं आहे, त्याला गावातील राहणीमान, प्राण्यांची सेवा करणं, शेतात काम करणं, गावातल्या लोकांमध्ये मिसळून जाणं आणि एकट्याने त्यांना आपलंस करणे, हे सगळं अवघड होतं.

हे सगळं हाताळताना मला ज्या गोष्टीची मोठी मदत झाली, ती म्हणजे मी या कुठल्या गोष्टींचा विचारच केला नाही. मी योग्य दिशेने वाटचाल करतो आहे ना

आणि माझं पुढचं पाऊल काय असेल, याचाच विचार मी करत गेलो. खूप मोठं स्वप्न उराशी बाळगा आणि ते साध्य करण्यासाठी छोट्या छोट्या कृती करा, या विचाराहून हे अगदीच वेगळं होतं. अगदी खरं सांगायचं तर मला असा मोठा विचार करायची भीती वाटते.

मला असं वाटतं की, मी जर खूप मोठा विचार केला, तर मी त्या विचाराने नुसता भारावूनच जाईन आणि त्यामुळे मला प्रत्यक्ष कृती करायला काही सुधारणारच नाही. त्यामुळे माझे विचार अगदी स्पष्ट होते. आम्ही एक घर बांधू ज्यामध्ये जीवनाच्या सर्व अंगांचा विचार केला गेला असेल; आम्ही कमीत कमी गरजा ठेवू आणि त्यातून इतरांवर उमटणाऱ्या वेदनेच्या खुणा कमी असतील याची काळजी घेऊ; आम्ही इतरांना मदत करण्यासाठी परस्परांच्या मदतीनेच जगू.

बदलाची भीती अजूनही वाटतेच. पण मला असं वाटतं की, मला त्यावेळी याची भीती होती की, मी माझं जीवन भरभरून जगू शकेन की नाही. मला माझ्या जीवनाचं उद्दिष्ट गवसल्यानंतर, येणारा प्रत्येक दिवस असा जगायचा होता की, एखाद्या रात्री मला मृत्यू जरी आला, तरी मला याचं समाधान असेल की मी योग्य पद्धतीने जगलो. मला जगण्यासाठी कोणत्याही गोष्टीची वाट बघायची नव्हती आणि माझ्या या भावना अत्यंत प्रखर होत्या. त्यामुळेच बदलाच्या भीतीपेक्षाही आयुष्य थांबून राहिल्याची किंवा त्याच-त्याच चक्रात अडकून पडल्याची भीती अधिक मोठी होती. याचा अर्थ असा नव्हता की मला बदलाची भीती वाटत नव्हती, परंतु आयुष्य त्याच त्या चक्रात अडकून पडले तर काय? या त्याहून मोठ्या भीतीमुळे मी बदलाच्या भीतीतून बाहेर पडू शकलो.

आम्ही अद्याप सुरुवातही केली नव्हती की, एक समस्या उद्भवली आणि ती अगदी घरातच होती. अमेरिका सोडून भारतात येण्याबाबत मी घेतलेल्या निर्णयावर माझी पत्नी शिवानी हिला काहीच आक्षेप नव्हता; माझं काहीसं विचित्र वागणं आणि सतत अस्थिर असणं, याबाबतही तिने कधी तक्रार केली नाही, पण ती एका खेडेगावात येऊन राहायला मात्र तयार नव्हती.

माझी विचारांची प्रक्रिया साधारण अशी असे की, मी जर जाणीवपूर्वक कोणाला त्रास दिला तर ती नक्कीच माझी चूक आहे; पण समोरच्या व्यक्तीच्या अपेक्षांची पूर्ती माझ्याकडून झाली नाही म्हणून त्या व्यक्तीला त्रास होत असेल, तर त्यात माझा काय दोष?

हेही मान्य आहे की, तुम्ही एखाद्याला आस लावून, त्याच्या अपेक्षा पूर्ण केल्या

नाहीत, तरीही तो तुमचाच दोष आहे. पण जेव्हा तुम्ही वयाच्या २२व्या वर्षी लग्न करता आणि आता मृत्यूच आपल्याला वेगळं करेल किंवा आपल्यापैकी एक जण पूर्णपणे बदलला तरच आपण वेगळे होऊ, अशा आणाभाका घेता, तेव्हा खरं तर तुम्ही तुमच्या भवितव्यावरच अन्याय करत असता. कारण, पुढे काय लिहून ठेवलं आहे, हे तुम्हाला माहिती नसतं. पण अशा परिस्थितीतही मी जर केवळ माझ्या आनंदासाठी मला हवं ते करण्याची मुभा घ्यायचं ठरवलं असतं, तर त्या अपराधीपणाच्या भावनेने मला मेल्याहून मेल्यासारखं झालं असतं.

या अपराधगंडाबाबत बोलायचं झाल्यास; तुम्ही जर भारतात जन्माला आला असाल आणि इथंच वाढले असाल, तर या अपराधीपणाच्या भावनेशी तुमचं एक विशेष नातंच जडतं. इथं अनेक कुटुंबांना प्रेम नव्हे तर ही अपराधीपणाची भावना एकत्र ठेवते. आपण लहानाचे मोठे होत असताना आपण आपल्या घरात बोलली जाणारी भाषा आत्मसात करतो तशीच, आपल्या कुटुंबीयांची भावनिक जडणघडणही आत्मसात करत असतो आणि त्यामध्ये अपराधीपणाच्या भावनेला खूप मोठे स्थान आहे.

या अपराधीपणाच्या भावनेचे अर्थात अपराधगंडाचे दोन प्रकार आहेत. पहिला म्हणजे बाह्य अपराधगंड. या प्रकारात तुम्ही लोकांच्या मनाप्रमाणे वागला नाहीत तर, ते तुम्हाला या अपराधीपणाची जाणीव करून देतात. हा भावनिक छळच असतो. माझ्या बहिणीच्या बाबतीत माझ्या आईने असंच करून, तिच्यावर नियंत्रण ठेवल्याचं मी पाहिलं होतं. माझ्या आईने माझ्या बहिणीचं मानसिक शोषणच केलं होतं.

माझ्या आईचं जीवन अत्यंत खडतर होतं. ती अत्यंत नैराश्यग्रस्त होती आणि त्यावेळी यावर उपचार म्हणजे इलेक्ट्रिक शॉक दिला जायचा. तिला असं वाटायचं की, जगाने तिला न्याय्य वागणूक द्यावी; पण अशी न्याय्य वागणूक ही काही गुरुत्वाकर्षणाचा नियम नाही, जो सर्वत्र एकसमान लागू होतो.

या अनुषंगाने 'इमोशनल फर्स्ट एड' पुस्तकाचे लेखक, मानसशास्त्रज्ञ गाय विंच म्हणतात की, "कोणत्याही घटना वेदनादायी नसतात. तर, आपण त्याचे जे अर्थ लावतो त्यामुळे त्या वेदनादायी वाटतात का?" असो, तर असे विचित्र अर्थ लावण्याने गोष्टी अधिकच बिघडत गेल्या.

खरं तर ही खूप मोठी गोष्ट आहे, पण ती अगदी थोडक्यात सांगायची तर, माझी आई माझ्या बहिणीवर इतकी अवलंबून राहू लागली की, कॉलेज आणि

लग्न यांसारख्या गोष्टींसाठीही माझ्या बहिणीला स्वातंत्र्य मिळालं नाही आणि ज्या गोष्टीने माझ्या बहिणीला अडकवून ठेवले ती म्हणजे अपराधीपणाची भावना. माझी आई मुद्दाम हे सर्व करत होती, असं मला वाटत नाही. मला असं वाटतं की, हे तिच्याकडून आपसूकच होत होतं. ते तिचे जगण्यासाठीचे प्रयत्न होते, असं म्हणता येईल.

एखादी व्यक्ती एकीकडे स्वतःला इतकं मोठं समजत असते की, तिला असं वाटत असतं की ती आयुष्यात कधीच चुकीची नव्हती आणि दुसरीकडे तिला असंही वाटत असतं की, ती पीडित आहे. सर्व जग तिला प्रत्येक टप्प्यावर अन्यायी वागणूकच देत आलं आहे, अशा व्यक्तीबरोबर जगणं म्हणजे एखादं मऊशार खेळणं नाकावर दाबलं गेल्याने आपला जीव गुदमरून जावा, तसं काहीसं असतं. आपले प्राण अगदी कंठाशी आले आहेत, याची जाणीव माझ्या बहिणीला होत होती; पण ती काहीच करू शकत नव्हती. कारण तिने वेगळं काही केलं असतं, तर तिच्या मनात सतत अपराधीपणाची भावना राहिली असती की, तिच्या आईचं कठीण जीवन, तिने अधिक अवघड करून ठेवलं.

एक दिवस सकाळी मी माझ्या बहिणीला शोधत तिच्या खोलीत गेलो असता, मला माझ्या बहिणीऐवजी तिने लिहिलेली एक चिठ्ठी मिळाली. माझी बहीण जे जीवन जगत होती त्यापासून तिने पळ काढला नव्हता. असा पळ ती काढूच शकत नव्हती; कारण तिला अपराधीपणाच्या भावानेसह जगणं शक्यच झालं नसतं. त्यामुळे तिने घरातून नव्हे तर आमच्या आयुष्यातूनच निघून जाण्याचा निर्णय घेतला होता. ती चिठ्ठी म्हणजे आत्महत्या करण्यापूर्वी लिहिलेली चिठ्ठी होती. त्या चिठ्ठीत तिने माझ्यासाठी लिहिलं होतं की, मी निर्विकार स्वभावाची व्यक्ती होण्याचा प्रयत्न करावा, कारण तसं नसणाऱ्या व्यक्तींचं आयुष्य फार कठीण होऊन बसतं. तिने त्या पत्रात माझ्या आईबद्दल तक्रार केली नव्हती. उलट तिला आईचा नीट सांभाळ करता आला नाही, म्हणून तिने आईची माफीच मागितली होती. हे आहे अपराधीपणाच्या भावनेचं सामर्थ्य.

मी तेव्हा अवघ्या १५ वर्षांचा होतो आणि माझी बहीण २२ वर्षांची. आम्ही अनेक वर्षे तिला शोधण्याचे खूप प्रयत्न केले. पोलिसांची मदत घेतली, हरवलेल्या व्यक्तींसाठी दूरदर्शनवर असणाऱ्या कार्यक्रमात तिचं नाव दिलं; पण काहीच उपयोग झाला नाही. पोलिसांना जेव्हा

एखाद्या अज्ञात तरुणीचा मृतदेह सापडे, तेव्हा ते प्रत्येकवेळी माझ्या वडिलांना पोलीस ठाण्यात बोलावून घेत. सुमारे सात वर्षांनंतर ती मृत झाल्याचे मानले जाऊन तिचा शोध थांबवण्यात आला.

मी स्वतःला कायम हेच सांगत आलो आहे की, मी तेव्हा खूप लहान होतो, त्यामुळे तिला माझा आधार वाटावा अशी मदत मी तिला करू शकलो नाही. मला हे माहीत आहे की, तिला मदत करण्यात मी अपयशी ठरलो. पण मी काही गोष्टींबाबत किंवा काही व्यक्तींबाबत विचारच करायचा नाही, असं स्वतःला शिकवलं आहे. मी तिची आठवण काढणं थांबवलं आहे, पण माझ्यासाठी ती अजून हरवलेलीच आहे.

असो, तर या बाह्य अपराधीपणाच्या भावनेला मला आवर घालायचा होता, त्यामुळे त्यापासून स्वतःला दूर ठेवण्यात मला कोणतीच अडचण आली नसती, कारण ही भावना तुमची जीवनशक्ती कशा पद्धतीने अक्षरशः शोषून घेते, हे मला चांगलच ठाऊक होतं.

पण मी आंतरिक अपराधगंडाशी झुंजत होतो. ही भावना म्हणजे, जेव्हा आपल्या कृती या आपल्या विचारधारेशी मिळत्या-जुळत्या नसतात तेव्हा निर्माण होणारा अपराधगंड असतो. (उदाहरणार्थ, आपल्या जोडीदाराची फसवणूक करणं चूक आहे, याची जाणीव असूनही तुम्ही तेच करत असता.) आंतरिक अपराधगंड हा एखाद्या दिशादर्शकासारखा असतो. साधारणपणे जेव्हा आपण एखाद्या प्रलोभनाला बळी पडतो किंवा एखाद्या व्यसनाच्या आहारी जातो, तेव्हा हा अपराधगंड निर्माण होतो. अपराधीपणाच्या भावानेसह जगणं कठीण असतं, कारण तो अपराधीपणा निर्माण करणारं कृत्य तुम्ही करून बसलेले असता. मग आपण ती अपराधीपणाची भावना नष्ट व्हावी, यासाठी नको ते तर्क लावत बसतो किंवा उगाच कारणं शोधतो. (जसं की, जोडीदाराने माझ्याकडे पुरेसं लक्ष दिलं नाही, त्यामुळे मी त्याला फसवलं तर काही हरकत नाही.).

बहुतांशवेळा आपण जी कारणं देतो ती, 'चूक तर झाली आहे, पण माझ्याकडून नाही' याचीच वेगवेगळे रूपं असतात. तर मुद्दा असा आहे की, अपराधीपणाच्या भावनेसह एखादं कृत्य करताना, तुम्हाला त्यासाठी आणखी एखादी तीव्र भावना असणं आवश्यक असतं. माझ्या बाबतीत, अशी कोणतीच दुसरी तीव्र भावना

निर्माण झाली नव्हती.

अगदी स्पष्ट सांगायचं झाल्यास, मला हे माहीत होतं की, मी तिथं गेलो नाही आणि जे स्वतःच्या वेदना कमी करण्यासाठी स्वतःहून काहीच करू शकत नाहीत, त्या हजारो जीवांच्या वेदना कमी करण्यासाठी मी कामाला सुरुवात करू शकलो नाही, तर मला अपराधी वाटेल. पण ही भविष्यातली भावना होती आणि भविष्यातील भावनांचा अनुभव वर्तमानात घेण्याची आपली क्षमता फारच कमकुवत असते.

एखादी गोष्ट केल्याने किंवा न केल्याने आपल्याला कसं वाटेल, याची प्रत्यक्ष अनुभूती घेताना जे काही वाटतं ते त्या गोष्टी करण्याच्या किंवा न करण्याआधी केवळ कल्पनेने समजू शकत नाही.

आपली रचनाच काहीशी अशी असते की, आपण दीर्घकालीन गोष्टींपेक्षा अल्पकालीन गोष्टींना प्राधान्य देतो, याच्याशी देखील माझा संघर्ष सुरू होता. आपण धूम्रपान करतो किंवा जंक फूड खातो, ते त्यामुळे तात्काळ मिळणाऱ्या आनंदासाठीच. बरं त्यावेळेस आपल्याला याचीही जाणीव असते की, भविष्यात याच्या दुष्परिणामांचा आपल्याला सामना करावा लागणार आहे, तरीदेखील आपण त्या गोष्टी करतोच.

त्या काळात माझ्या मनात शिवानीला सोडून निघून आल्याबद्दल प्रचंड अपराधीपणाची भावना होती. ज्या परिस्थितीत आमचं लग्न झालं होतं, त्यामुळे ही अपराधीपणाची भावना अधिकच तीव्र होत होती.

शिवानीच्या पालकांना मी पसंत नव्हतो. मी कायमस्वरूपी एखादी नोकरी करत नाही, या मुद्द्यावरून तिच्या वडिलांनी बराच वाद घातला होता. वास्तविक पाहता मी त्या काळात दर तासाला २० डॉलर कमावत होतो; पण याच्याशी त्यांना काहीही घेणं-देणं नव्हतं. पारंपरिक विचार करणाऱ्या भारतातील पालकांसाठी 'स्थैर्य' हा एक महत्त्वाचा भाग असतो. माझी बहीण बेपत्ता आहे, ही गोष्ट शिवानीच्या आईला अजिबात आवडली नव्हती. ही माझ्या विरोधात जाणारी आणखी एक गोष्ट ठरत होती. शिवानी आणि मला लग्न न करता एकत्र राहणं चालणार होतं; पण ते तिच्या पालकांना मान्य झालं नसतं. त्यामुळे सुरक्षितता आणि कायदेशीर मान्यता, जेणेकरून तिच्या वडिलांनी तिला अन्य कोणाशी लग्न करण्यासाठी जबरदस्ती करता येऊ नये, म्हणून आम्ही आर्य समाजाच्या पद्धतीने लग्न केलं. आणि आपापल्या घरी राहू लागलो. आमचं लग्न झालं आहे, ही बाब

आमच्या अगदी जवळच्या मित्रांना माहीत होती.

काही महिन्यानंतर शिवानीच्या घरच्यांनी तिला मला भेटण्यास पूर्णपणे मनाई केली. याच गोष्टीने आम्हाला पळून जाण्यास भाग पाडलं. मी तिला घेऊन थेट माझ्या वडिलांकडे गेलो आणि आम्ही गुप्तपणे लग्न केलं आहे, हे सांगितलं. माझ्या या निर्णयामुळे ते थोडे निराश झाले होते; पण त्यांनी आम्हाला शहराबाहेर जाऊन राहण्यासाठी थोडे पैसे देऊ केले. जेणेकरून शिवानीच्या कुटुंबीयांच्या हे पचनी पडण्यास थोडा अवधी मिळेल आणि त्यांच्याकडून हे प्रकरण आणखी वाढणार नाही.

त्यामुळे ज्या शिवानीने माझ्याशी लग्न करण्यासाठी स्वतःचं कुटुंब सोडून दिलं अशा व्यक्तीला सोडून निघून जाणं ही अपराधीभावना मला अक्षरशः आतून पोखरणारी होती. दुसरीकडे हजारो प्राण्यांच्या वेदना कमी होतील, असं काम न करण्याचा निर्णय घेणं हा विचार माझ्यासाठी दुःखाची अनुभूती देणारा होता; पण शिवानीला मागे सोडण्यात जी अपराधीपणाची भावना होती, ती त्यात नव्हती.

तर्कशुद्ध विचार करता, मी नेमकं काय करायला हवं, हे मला समजत होतं पण मी अपराधगंडाच्या भावनेने जखडून गेलो होतो. जेव्हा आपली तर्कशुद्ध विचारशक्ती आणि आपल्या भावना यांचा ताळमेळ बसत नाही आणि बहुतांश वेळा असंच होतं, तेव्हा भावनाच विजयी होतात. आपल्याला काय योग्य वाटत आहे, यापेक्षा काय योग्य आहे याची निवड करण्यासाठी भरपूर प्रशिक्षणाची आवश्यकता असते आणि त्या काळात मी तसा प्रशिक्षित नव्हतो.

"तर मग मी काय केलं असेल?"

"काहीच नाही."

अनेक महिने मी काहीच केलं नाही. पण एके दिवशी शिवानीला सोडून जाण्याच्या अपराधगंडापेक्षा, जे स्वतःची मदत करू शकत नाहीत, अशा प्राण्यांची मदत न करण्याचा अपराधगंड मोठा ठरला आणि मी ठोस पाऊल उचललं.

इथे मला एक गोष्ट स्पष्ट करायची आहे की, आमचं लग्न मी मोडलं नाही. मी फक्त दिल्ली सोडली आणि शिवानीसमोर हा पर्याय ठेवला की, ती माझ्याबरोबर येऊ शकते किंवा दिल्लीतच राहू शकते.

'फाईट क्लब' या कादंबरीतील 'टायलर डर्डन' म्हणतो तसं, 'जेव्हा तुम्ही सर्व काही गमवण्याची तयारी दर्शवता तेव्हाच तुम्ही काहीही करण्यासाठी मुक्त असता,' असंच काहीसं तेव्हा घडलं.

खरं तर, हे करताना खूप चांगलं वाटलं का? तर मुळीच नाही! पण तरीही मी ते केलं. शिवानी मागे राहिली आणि मी हिमाचल प्रदेशाकडे निघून गेलो.

आपण एखादी चांगली गोष्ट केली म्हणजे आपल्याला चांगलंच वाटेल असं समजण्याचं काही कारण नाही. बहुतांश वेळा सुरुवातीला अशी चांगली अनुभूती येतच नाही, त्यामुळेच अनेक जण या मार्गावर चालायला सुरुवातच करत नाहीत. त्यांना याची जाणीवच होत नाही की, पुढे जाण्यासाठी एक पाय उचलायचा असेल तर एक पाय जमिनीवर घट्ट रोवलेला असणं आवश्यक असतं.

शेवटी शिवानीदेखील माझ्या मागे आली आणि माझ्या कामात सहभागी झाली. त्याला सहा महिने लागले. मला नाही वाटत की, सुरुवातीला तिने ते आनंदाने स्वीकारलं होतं, पण तिने पुढे पाऊल टाकलं, याचा आज आम्हा दोघांनाही आनंद आहे.

माझी ती कल्पना हळूहळू तिच्या मनातही अंकुरित होऊ लागली आणि तिलाही इथेच तिच्या आयुष्याचं उद्दिष्ट सापडलं.

प्रकरण १२

'पीपल फार्म'वर पोहोचलो

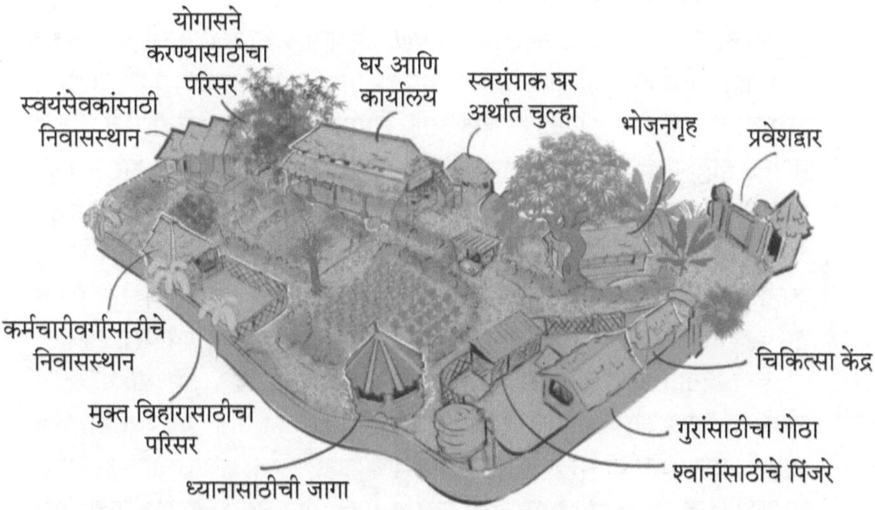

'धनोट्टु' गावात जी जागा आम्ही घेतली होती; तिथं डिसेंबर २०१४मध्ये सौरऊर्जेचा पुरेपूर वापर होऊ शकेल, अशा पद्धतीने रचना असणारं मातीचं घर बांधण्यास सुरुवात केली. सूर्याची स्थिती (दिवसभरातील आणि प्रत्येक ऋतूतील) लक्षात घेऊन या घराची रचना करण्यात आली होती. जेणेकरून घर उबदार किंवा थंड ठेवण्यासाठी कमीत कमी ऊर्जेची आवश्यकता भासेल. या घराच्या भिंतींची जाडी आम्ही अठरा इंच ठेवली होती.

अनेकांना असं वाटतं की, मातीचं घर असणं, हे गरिबीचं लक्षण आहे. परंतु, ही चुकीची धारणा आहे. मातीच्या घरांच्या भिंती या सामान्यत: जाड असतात. या भिंतींमध्ये उष्णता सामावून घेण्याची सर्वाधिक क्षमता असते, त्या एखाद्या विद्युत घट अर्थात बॅटरीप्रमाणे काम करतात. दिवसा जेव्हा उष्णता अधिक असते, तेव्हा

ही बॅटरी ती उष्णता स्वतःमध्ये शोषून घेते. म्हणजेच ती स्वतःला चार्ज करते आणि बाहेरच्या तापमानापेक्षा घरातील तापमान थंड ठेवते. आणि रात्री जेव्हा बाहेरील तापमान कमी होतं, तेव्हा या भिंती घरात उष्णतेचं उत्सर्जन करून, घरातील तापमान बाहेरच्या तुलनेत उबदार ठेवतात.

हल्ली काही ना काही कारणांनी ग्रामीण भागातील लोक मातीची घरं (कच्चं घर) पाडून सिमेंटची घरं (पक्कं घर) बांधत आहेत. या पक्क्या घरांकडे यशस्वी असल्याचे लक्षण म्हणून पाहिलं जात आहे. सामाजिक स्तर उंचावल्याचं ते द्योतक मानलं जात आहे. हे दुर्दैवी असलं तरी, आपण त्यामागची पार्श्वभूमी समजून घेऊ शकतो; खरं तर याचबाबतीत नव्हे तर अन्य सर्वच बाबतीत आपण समजून घ्यायला हवं. वस्तुस्थिती ही आहे की, जेव्हा एखादी गोष्ट घडते तेव्हा तिच्यामागे काहीतरी कार्यकारणभाव असतो, भलेही तुम्हाला ते मान्य असो अथवा नसो; ते तुम्हाला आवडो अथवा न आवडो. त्यामुळे आपण गोष्टी समजून घ्यायला हव्यात.

ज्या जगात बाह्य गोष्टींवरच यशाचं मोजमाप होतं; जिथं तुमच्या भोवतीचे लोक या बाह्य गोष्टी पाहूनच तुम्ही यशस्वी आहात की नाही हे ठरवतात, त्या जगात आपण अंतर्गत सुधारणेला प्राधान्य देण्यापेक्षा, स्वतःबाबत आणि आपल्या घरांच्या बाबतही बाह्य सुधारणांना प्राधान्य देतो, यात नवल काहीच नाही. पण जर 'यश' ही एक अंतर्गत अवस्था मानली गेली असती — म्हणजेच आयुष्यात एखादं अर्थपूर्ण ध्येय असणं आणि ते साध्य करण्यासाठी सातत्याने प्रयत्न करणं — तर हे जग पूर्णपणे वेगळं दिसलं असतं.

असो! तर याचा अर्थ असा की, आम्ही जुन्या-पुराण्या काळातले दरवाजे, खिडक्या आणि चौकटी बसवू शकतो; मागच्या शतकांत असायचे तशा मोठ्या खांबांवर घर उभारलं किंवा ब्रिटिश काळाप्रमाणे कातळ दगडांमध्ये घर बांधलं, तरी चालू शकते.

आम्ही घरासाठी लागणाऱ्या साहित्यांपैकी काही साहित्य हे लष्कराकडून भंगारात काढल्या जाणाऱ्या धातूच्या साहित्यातून विकत घेतलं. ते म्हणतात ना, एकासाठी टाकाऊ वस्तू दुसऱ्यासाठी मौल्यवान असू शकते. बांबू आणि फळ्या यांसह स्थानिक साहित्याचाही आम्ही मोठ्या प्रमाणात वापर केला. आम्ही आमच्या जागेवरच मातीच्या विटाही तयार केल्या. आम्हाला कल्पना होती की, त्याचा वापर करून आम्ही १०० टिकाऊ घरं बांधू शकणार नव्हतो; त्यामुळे आम्हाला बाहेरच्या विटांची गरज भासणार होती. आम्ही जमिनीसाठी सिमेंटचा

वापर केला, कारण मातीच्या जमिनींना सतत सारवण्याची गरज असते.

आपल्याला जरी एखादी गोष्ट एकदम अचूक करता येत नसेल तरी, आपल्याला शक्य आहे तेवढे प्रयत्न करायला काहीच हरकत नसते. हे घर आम्ही जाणीवपूर्वक दक्षिणाभिमुख बांधलं, जेणेकरून हिवाळ्यामध्ये दिवसभर सूर्यप्रकाश मिळेल. आम्ही घरासमोर तुतीच्या झाडांची रोपं लावली. हिवाळ्यात या झाडांची पानगळ होते आणि उन्हाळ्यात मात्र ती हिरवीगार असतात. त्या झाडांच्या पलीकडे आम्ही छोटीशी बाग केली. तिथं आम्ही थोड्या भाज्या आणि औषधी वनस्पती लावल्या. थोडसं धान्यही पेरलं.

माझ्या डोक्यात अशी कल्पना होती की, आम्हाला लागणारं अन्नधान्य आणि भाजीपाला यांपैकी थोडंतरी आम्ही इथंच पिकवावं, जे रासायनिक खतांपासून मुक्त असेल आणि ज्या दिवशी आम्हाला ते शिजवायचं आहे त्या दिवशीच ते शेतातून काढलं जाईल, एकदम ताजं; आम्ही जिथं राहतो तिथून शंभर-एक किलोमीटर दुरून कुठूनतरी ते आम्हाला आणायला लागू नये. मात्र, आमच्या या प्रयोगाला आलेलं पहिलं फळ म्हणजे, धीर धरण्याची क्षमता. मी इथं पहिली कोणती गोष्ट शिकलो असेन तर, ती म्हणजे धीर धरणे. कारण तुम्ही बियाणांना 'डेडलाईन' देऊ शकत नाही किंवा तत्काळ पीक यावं म्हणून त्यांच्यावर दबावही आणू शकत नाही.

पृथ्वीवरील काही गोष्टी, आत्ता ज्या स्थितीत आहेत; त्या या अवस्थेला कशा पोहोचल्या, याचंही व्यापक स्वरूपात आकलन मला झालं. मी जेव्हा शेती करायला सुरुवात केली तेव्हा, आम्ही जंगल तोडून जमीन साफसूप करायचो आणि शेती करायचो. ती जमीन नापीक होईपर्यंत आम्ही तिथं शेती करायचो. ती जमीन नापीक होत असल्याची आम्हाला फार भीती नव्हती, कारण आम्ही अगदी छोट्या पट्ट्यात शेती करायचो आणि तो भाग नापीक झाला की, मग जंगलाच्या पुढच्या भागाकडे वळायचो. पण मुद्दा असा की, ती जमीन नापीक का होत होती? तर, याचं कारण म्हणजे निसर्गाचं एक चक्र असतं.

जंगलामध्ये जे काही जमिनीवर पडतं त्याचं विघटन होऊन ते जमिनीत पोषक तत्त्वांची भर घालतं. जे प्राणी जंगलातूनच त्यांचा आहार मिळवतात, ते त्यांचं मलमूत्र पुन्हा जंगलातच सोडतात. जेव्हा ते मरतात तेव्हा त्यांच्या शरीराचं विघटनही याच जंगलात होतं. निसर्ग अशा साचेबद्ध पद्धतीने काम करत असतो. आपण हे निसर्गाचं चक्र मोडतो. आपल्या पिकांची वाढ चांगली व्हावी, यासाठी आपण जमीन नांगरतो.

एकीकडे ही पिकं जमिनीतून वेगाने पोषकमूल्य घेत असताना दुसरीकडे नांगरणीमुळे जमिनीत पोषकमूल्यांची भर घालणारी साखळी मात्र मोडते. हे म्हणजे बँकेतल्या बचत खात्याप्रमाणे आहे, ज्याच्यात आपण फारशी भर कधी घालत नाही; पण पैसे मात्र सातत्याने काढतो. अशीच जमिनीची गत होऊन, आपल्याला देण्यासाठी तिच्याकडे अखेर काहीच उरत नाही.

इथं मी हेही शिकलो की, पूर्वीच्या चौरस आहाराच्या तुलनेत आता आपल्या आहारातील भाजीपाला आणि अन्नधान्य अगदीच मर्यादित झालं असून, मूळच्या जंगलातील वाणांच्या काही प्रकारांवर आपण संस्करण करून तेच पिकवून खाऊ लागलो आहोत. परंतु हा प्रकार केवळ मानवी आहारातील पिकांपुरता किंवा प्राण्यांपुरता मर्यादित नसून आपण स्वतःवर देखील एक प्रकारे संस्कारच केले आहेत. मला तर असं वाटतं की, आपण आपलं वनवासी जीवन सोडून स्वतःवर जे संस्कार केले, त्याचा आणि आपल्या दुःखाचाही काहीतरी संबंध असू शकतो.

आता मी जेव्हा मागे वळून पाहतो तेव्हा मला असं जाणवतं की, माझा जीवनाकडे बघण्याचा दृष्टिकोन सामान्य आहे. मी कुठलीही मोठी योजना आखत नाही. मी असं उद्दिष्ट ठरवतो ज्यामुळे मला दिशा मिळते आणि मग त्यातून मी असं काहीतरी शोधण्याचा प्रयत्न करतो ज्यावर मी चिकटीने काम करू शकेन आणि काहीतरी आकारास आणू शकेन.

आमच्या सुमारे दीड एकर जागेवर विशिष्ट एका आराखड्यानुसार सर्व गोष्टींची मांडामांड करण्याऐवजी ज्या गोष्टी जिथं व्यवस्थित बसल्या त्या तिथंच ठेवत आम्ही इथली रचना पूर्णत्वास नेली. निसर्गतःच खड्डा असणाऱ्या एका भागाचं रूपांतर आम्ही एका तळ्यात केलं. ज्या भागात आधीच आमराई होती आणि लाल देवदाराचं झाड होतं, तो भाग आम्ही तसाच स्वतंत्र ठेवला, जेणेकरून निसर्गाला त्याच्या पद्धतीने आणि आमच्या कमीत कमी हस्तक्षेपाशिवाय काम करता येईल.

माझ्या भटकंती दरम्यान, मला सापडलेल्या जंगलातील अनोळखी झाडांच्या बिया इतस्ततः विखरून टाकण्याचा मोहदेखील मी कधीच आवरू शकलो नाही. घर बांधणारा गवंडी आणि त्याचे सहकारी ज्या मार्गावरून ये–जा करत होते, त्या मार्गावर आम्ही फरशी सारखे, सपाट दगड टाकून रस्ता तयार केला आणि त्याच्या बाजूने झुडपं लावली, जेणेकरून त्याचं कुंपण तयार होईल.

जेव्हा तुम्ही हाती घेतलं कार्य करताना तुमच्याकडे एखादी योजना नसते आणि पूर्वानुभवही नसतो, तेव्हा तुमच्याकडून चुका होतातच. त्यामुळे माझं धोरण असं

होतं की, कमी खर्च येईल अशा चुका आपल्या हातून घडाव्यात.

आम्ही सुरुवातीला केलेली सर्व कुंपणं ही बांबूची होती. मुख्य इमारतीव्यतिरिक्त अन्य सर्व भाग आम्ही चक्क ताडपत्री बांधून उभारले होते. त्यानंतर ताडपत्रीची जागा बांबू आणि पत्रे यांनी घेतली आणि नंतर आम्ही त्या जागी पक्कं बांधकाम केलं. याचा फायदा असा झाला की, इथली सर्व रचना करताना, कोणती रचना उपयुक्त आहे आणि कोणती गैरसोयीची हे आम्हाला कमी खर्चात लक्षात आलं.

आमचं प्रारंभिक धोरण असं होतं की, जे येतील त्यांना या उपक्रमात सहभागी करून घ्या आणि त्यांना प्रेरणा द्या. त्यामुळे, ज्यांना इथं येऊन साधं आणि अर्थपूर्ण आयुष्य जगायची इच्छा होती, त्यांच्यासाठी आम्ही खोल्या बांधल्या.

आम्ही या जागेला 'पीपल फार्म' असं नाव दिलं. ज्याप्रमाणे 'पिंपळाचं बी' एखाद्या जुन्या इमारतीवर अनाहुतपणे अंकुरतं आणि त्याची मुळं वाढीसाठी भिंतीला भेगा पाडून जागा मोकळी करून घेतात; त्याचप्रमाणे आम्हाला वर्तमानातील साचलेपणाला आव्हान देत, नव्या विचारांना वाट मोकळी करून द्यायची होती.

आम्ही पिंपळाच्या आणखी एका गुणधर्माचा आमच्या वाढीसाठी उपयोग करून घेतला, तो म्हणजे – हे झाड जसं वाढत जातं तसं ते मोठ्या प्रमाणात जमीन व्यापतंच! पण ते खऱ्या अर्थाने तेव्हा बहरत जेव्हा पक्षी आणि इतर प्राणी त्याची फळं विविध ठिकाणी घेऊन जातात आणि त्यातूनच या झाडाचं विविध ठिकाणी बीजारोपण होतं.

आणखी एक गोष्ट म्हणजे, नावाची निवड करताना थोड्याशा हुशारीने आम्ही श्लेष अलंकाराचाही वापर केला. जसा पिंपळाचा हिंदीतील उच्चार 'पीपल' असा होतो तसंच तो ऐकताना इंग्रजीतील 'पीपल' म्हणजे लोकं अशा अर्थानेही ऐकला आणि समजला जाऊ शकतो.

आम्ही 'पीपल फार्म' सर्वांसाठी ऑगस्ट २०१५मध्ये खुलं केलं. तसं तर 'पीपल फार्म'मधील इमारतीचं बांधकाम सुरू असताना एकीकडे प्राण्यांवर उपचार करायची मोहीम रस्त्यावर सुरूच होती. 'पीपल फार्म'ची निर्मिती झाल्यानंतर या प्राण्यांच्या आरोग्याची काळजी घेण्यासाठी इथं आम्ही पुनर्वसन केंद्र सुरू केलं. आम्हाला बहुतेक वेळा जखमी अवस्थेतील श्वान आणि गाई आढळून येत. कधीकधी खेचरंसुद्धा आढळत. गाईंनी दूध देणं बंद केल्यानंतर त्यांना रस्त्यावर सोडून देण्यात येतं किंवा अनेकदा खोंड (बैल) जन्माला आला तरी त्या वासराला रस्त्यावर सोडून देण्यात येतं. त्याचप्रमाणे आयुष्यभर ओझं वाहून पायातील

शक्ती गेलेल्या खेचरांनाही अशाच पद्धतीने सोडून दिलं जातं. म्हशी, शेळ्या, मेंढ्या, कोंबड्या आणि डुक्करं यांना कत्तलखान्यात पाठवण्यात येतं, त्यामुळे इतर प्राण्यांप्रमाणे तुम्हाला हे प्राणी सामान्य परिस्थितीत अगदी सहजपणे रस्त्यावर आढळणार नाहीत.

आम्ही श्वान, गाई आणि गाढवांसाठी स्वतंत्र जागा केली. सुरुवातीच्या काळात आम्ही, प्राण्यांना झालेल्या रोगाचं निदान करण्यासाठी जवळच्या सरकारी दवाखान्यातील गुरांच्या डॉक्टरांकडे जायचो. कालांतराने आम्ही 'पिपली फार्म'मध्येच प्राण्यांसाठी दवाखाना बांधला आणि गुरांच्या तज्ज्ञ डॉक्टरांची नेमणूक केली. नंतर तर आम्हाला आमच्या प्रकल्पाशेजारीच आणखीन एक एकर जागा घ्यावी लागली. ज्या जागेमध्ये प्राण्यांसाठी बचाव, उपचार आणि पुनर्वसन केंद्र सुरू करण्यात आलं.

सध्या 'पीपल फार्म' अशा टप्प्यावर आहे की आमच्याकडे, पूर्ण वेळ काम करणारे ६० कर्मचारी आहेत. हे कर्मचारी दररोज प्राण्यांवरील उपचाराच्या अनुषंगाने अत्यंत आवश्यक आणि महत्त्वाची कामं न चुकता पार पाडतात. त्याचप्रमाणे येथील स्वयंसेवक स्वच्छता आणि अन्य देखभालीची आणि 'पीपल फार्म'च्या विकासाच्या दृष्टीने आवश्यक असणारी कामं करतात. सुरुवातीच्या काळात या स्वयंसेवकांनी आम्हाला इथल्या बांधकामात आणि हे 'पीपल फार्म' चालवण्यासाठीदेखील मदत केली आहे.

आमचा भर इथली व्यवस्था सुरळीत चालावी, यावर अधिक असला तरी आम्ही इथं सौंदर्यदृष्टीचाही अभाव जाणू दिला नाही. कोऱ्या भिंती, दरवाजे आणि इथला एकूणच कोणताही विस्तृत पृष्ठभाग एखाद्या कोऱ्या कॅनव्हाससारखा कलेच्या अभिव्यक्तीसाठी उपलब्ध होता. आम्हाला याची कल्पना होती की, जोपर्यंत वेदनेला कलेचा उतारा दिला जात नाही, तोपर्यंत बहुतांश स्वयंसेवक इथं फार्ममध्ये दीर्घकाळ काम करू शकणार नाही आणि जर ते पुरेसा वेळ देऊ शकले नाहीत तर 'पीपल फार्म'ही त्यांच्यावर पुरेसं काम करू शकणार नाही. त्यामुळे इथल्या खांबांना वेलींची मिठी जसजशी घट्ट आणि उंच होत गेली, आयव्ही वेली इथल्या भिंतींना हिरवीगार शाल पांघरू लागल्या, आम्ही लावलेली बांबूची रोपं चढाओढीने आकाशाला स्पर्श करण्यासाठी उंचच उंच जाऊ लागली, वाढलेल्या भाराने ते बांबू किंचित वाकून त्यांच्या कमानी तयार होऊ लागल्या तसं 'पीपल फार्म'ने लोकांवर आपलं जादुई काम सुरू केलं.

इथं येणारे बहुतेक स्वयंसेवक हे पाश्चात्य होते. ते श्वानांची काळजी घ्यायचे आणि गाईंचीही काळजी घ्यायचे. हे करताना त्यांच्या डोक्यात प्रकाश पडायचा की, आपण एकाची काळजी घेत आहोत आणि दुसऱ्यांना खात आहोत... असं करता करता अखेर त्यांच्या मनातील दोन्ही प्राण्यांमध्ये निर्माण झालेली सीमारेषा पुसट होत गेली. त्यामुळे त्यांपैकी अनेक जणांचा शाकाहारी होण्याचा प्रवास इथूनच सुरू झाला.

भारतातील विविध शहरातून इथं आलेले स्वयंसेवक जेव्हा त्यांच्या घरी परतले तेव्हा त्यांनी आसपासच्या श्वानांना खाऊ घालायला सुरुवात केली, हिवाळ्यामध्ये त्यांना झोपताना ऊब मिळावी यासाठी अंथरूण घालायला सुरुवात केली. उन्हाळ्यात तहानलेल्या त्या जीवांना पाणी मिळावं यासाठी बाहेर पाण्याची भांडी ठेवायला सुरुवात केली.

हे सर्व असलं तरी आम्हाला, वर्षाला जेमतेम १०० स्वयंसेवक उपलब्ध होत. आम्हाला जो व्यापक स्वरूपात बदल घडवून आणायचा आहे, त्यासाठी हे पुरेसे नव्हतं. त्यामुळे आम्ही गोष्टींच्या स्वरूपात व्हिडिओ तयार करून समाज माध्यमातून जनजागृती करायला सुरुवात केली. आम्हाला कोणाच्याही विचारधारा बदलायच्या नव्हत्या. मात्र, मी एक चांगली व्यक्ती असून माझ्यामुळं कोणाला वेदना होत नाहीत हा जो आपल्या प्रत्येकाचा समज असतो, तो समज आणि आपली कृती यात जी तफावत निर्माण झालेली आहे, ती कमी करण्याचा प्रयत्न आम्ही या व्हिडिओच्या माध्यमातून सुरू केला.

अनेकदा आपण जे काही करत आहोत त्याबद्दलच्या अज्ञानातूनही ही तफावत निर्माण होते. म्हणजे आपण जे करतोय त्यातून एखाद्याला त्रास होतोय हे आपल्याला समजलं तर, आपण ते करणार नाही.

उदाहरणार्थ, दूध आणि दुग्धजन्य पदार्थांसाठी दूध देणाऱ्या प्राण्यांना किती यातना सहन कराव्या लागतात याची जाणीव अनेकांना नसते. त्यामुळे प्राण्यांना त्रास होऊ नये म्हणून जाणीवपूर्वक शाकाहार स्वीकारणारे लोक दूध आणि दुग्धजन्य पदार्थांचं मात्र अगदी व्यवस्थित सेवन करतात. असंच दुसरं उदाहरण म्हणजे, श्वानप्रेमी. जे लोक जातिवंत श्वान विकत घेतात, त्यांना याची कल्पनाच नसते की, त्या श्वानांचं प्रजनन घडवून आणणारे लोक कशा पद्धतीने या श्वानांसाठी वेदनादायी ठरतात, ते त्या श्वानांना नंतर कसं सोडून देतात किंवा वेळप्रसंगी त्यांचं जीवनही संपवतात.

मला असं वाटतं की, ही तफावत निर्माण होण्यामागे दोन कारणं आहेत, एक म्हणजे आपल्यामुळे कोणालाही त्रास होऊ द्यायचा नाही, हेच आपण विसरून जातो किंवा मग आम्ही जर चिकन खाल्लंच नाही तर कोंबड्यांची संख्या खूप वाढेल अशा प्रकारच्या पळवाटा आपण शोधतो. यांपैकी कारणं कोणतीही असोत; पण आम्ही प्रत्येक माणसाला बदलण्यासाठी जनजागृती करत बसलो नाही. आम्ही केवळ अधिकाधिक लोकांपर्यंत अचूक माहिती पोहोचवत, त्यांना एक संधी उपलब्ध करून देऊ लागलो आणि आपल्यामुळे कुणालाही त्रास होऊ द्यायचा नाही, या धारणेची आठवण करून देत, भ्रामक कल्पना दूर करू लागलो. यातून काही जण जागे होतील, तर काहीजण जागे न होण्याचा पर्याय निवडतील. काही जणांनी आधीपासून झोपेचं सोंग घेतलेलं असतं, तर काही जणांच्या आत माणुसकीच शिल्लक राहिलेली नसते, याची आम्हाला कल्पना होती.

आमचं ध्येय केवळ बीजारोपण करणं होतं. मग त्यांपैकी काही बीजं सुपीक डोक्यांत प्रवेश करून लगेचच अंकुरित होतील, तर काही अशा ठिकाणी पडतील, जिथं त्यांना अंकुरित होण्यासाठी योग्य वेळेची आवश्यकता असेल. काही बीजं अशाही ठिकाणी पडतील जिथं ती अंकुरितच होणार नाहीत. काहींबाबत असंही होईल की, एखाद्या सुपीक डोक्यात ते बीज अंकुरित होऊन त्याचा मोठा वृक्ष होऊन, तो वटवृक्ष पुढे अन्य ठिकाणी बीजारोपण सुरू करेल.

आम्ही आज लाखो लोकांपर्यंत पोहोचलो असून, आमचा संदेश अगदी साधा आहे.

१. आपल्या हातून वाईट घडण्याचं प्रमाण कमीत कमी असावं.
२. आपल्या हातून चांगलं घडण्याचं प्रमाण अधिकाधिक असावं.
३. इतरांना १, २ आणि ३ गोष्टी करायला सांगा.

मी स्वतः या नियमांनुसार जगतो. मी माझ्या हातून कमीत कमी वाईट गोष्टी घडतील, असा प्रयत्न करतो. त्यासाठी मी भौतिक गोष्टींचा वापर अत्यंत जागरूकपणे करतो. जर पूर्वीसारखाच बेफिकीरपणे जगत असतो, तर माझ्यामुळे जितक्या प्रमाणात वेदनेच्या पाऊलखुणा निर्माण झाल्या असत्या तितक्या, सध्या मी ज्या पद्धतीने जगत आहे त्यामुळे निर्माण होत नाहीत. मी चांगलं काहीतरी करण्यासाठी जगत आहे, म्हणून तर मी 'पीपल फार्म' चालवत आहे. लोकांशी

प्रत्यक्ष बोलताना, समाज माध्यमातून आणि या पुस्तकाच्या लेखनातून माझा प्रयत्न हाच आहे की, लोकांनी हे नियम आचरणात आणावेत.

माझा शाश्वत आनंदाचा शोध या जाणिवेतून संपला की, मी ज्या गोष्टीचा शोध घ्यायला निघालो आहे ती मुळातच अस्तित्वात नाही; आणि त्याचवेळी मी माझ्या ध्येयाचा पाठपुरावा करायला सुरुवात केली होती. एका तर्कशुद्ध विचार प्रक्रियेचा हा निष्कर्ष आहे :

१. अनैच्छिक शारीरिक वेदना अनुभवणं हे वाईट असून, प्रत्येक जण ते टाळण्याचा प्रयत्न करतो.
२. आपलं जगणं हे इतरांना होणाऱ्या शारीरिक वेदनांसाठी कारणीभूत ठरतं.
३. स्वतःचं आयुष्य संपवल्याने इतरांना होणाऱ्या वेदना कदाचित थोड्या कमी होतील; पण जे असाहाय्य आहेत त्यांच्या वेदना कमी करण्यासाठी जगणं हे अधिक अर्थपूर्ण ठरेल.

त्यामुळे, 'मी एक चांगलं व्यक्तिमत्त्व आहे', अशी खुणगाठ मनाशी बांधून; जागरूकपणे जगण्याचा निर्णय घेत, आपलं ध्येय साध्य करण्यासाठी जगणं, हाच माझ्यासाठी एकमेव योग्य पर्याय होता. योग्य गोष्टी करण्याचा पर्याय न निवडणं हे अयोग्य गोष्टींची निवड करण्यासारखंच आहे. मी जो मार्ग निवडला, त्यावर चालण्यासाठी पूर्वायुष्यात माझी कोणतीही तयारी झालेली नव्हती किंवा मला तशी भावनिक ओढही नव्हती.

मला या मार्गावर चालण्यासाठी माझ्या मनाची तयारी करावी लागली, कारण माझ्या आयुष्यात जर यापेक्षा वेगळं चित्र असतं तर, माझ्या मनाला या गोष्टीची सतत टोचणी लागून राहिली असती की मी, चुकीचा निर्णय घेतला. इतकंच नव्हे तर, त्यापूर्वी माझं जीवन जितकं वाईट होतं, त्यापेक्षाही ते चुकीचा निर्णय घेतल्यामुळे अधिक वाईट झालं असतं. मी आनंदी तर नव्हतोच, पण माझं जीवनही कठीण झालं होतं. मी या मार्गावर चालत राहिलो, याचं कारण म्हणजे, माझ्या जीवनाच्या तत्त्वज्ञानानुसार अन्य कोणतीच गोष्ट मला अर्थपूर्ण वाटत नव्हती. मी कशासाठी जगत आहे? या प्रश्नाचं माझ्याकडे एकच उत्तर होतं, वेदना कमी करण्यासाठी.

भारतात येऊन काम सुरू करण्यापूर्वी माझ्याकडं आणखी एक पर्याय होता तो म्हणजे अमेरिकेतल्या एखाद्या विद्यापीठात प्रवेश घ्यायचा. मी काय शिकणार

होतो, याचा मी कोणताच विचार केला नव्हता. मला याचीदेखील कल्पना नव्हती की मला खरंच शिकण्यात रस होता की, केवळ जगापासून पळ काढण्यासाठी तो मार्ग मी निवडणार होतो. मी त्या जगापासून पळण्याचा प्रयत्न करत होतो जिथं जगणं माझ्यासाठी सातत्यांने अवघड होत चाललं होतं. याचा अर्थ त्या जगात काही बदल झाला आहे असं नाही; पण माझा त्या जगाकडे बघण्याचा दृष्टिकोन बदलला. माझ्या धारणा तपासताना आणि माझ्या गृहीतकांना आव्हान देतादेता जगाबद्दलचा माझा दृष्टिकोन कोलमडून पडला आणि मला याची जाणीव झाली की, माझ्याकडे जीवनाचं तत्त्वज्ञान नव्हतं. असो!

तर, प्रवेशासाठी अर्ज भरायचा, मग तो कोणीतरी तपासायचा आणि मी प्रवेशासाठी पात्र आहे की नाही हे ठरवायचं, ही कल्पना मला अजिबात आवडणारी नव्हती. अर्थात मला ती सर्व प्रक्रिया नीट माहीत होती, त्यामुळे मी त्या प्रक्रियेशी असहमत होतो असं मुळीच नाही. परंतु, मुद्दा असा होता की, जेव्हा तुम्हाला आवडणारा विषय हा जीवन असेल तर, तुम्हाला असं वाटतं की, एखादं ठिकाण असं असावं जिथं तुम्ही जाल आणि लोकं तुम्हाला कसं जगायचं ते शिकवतील.

खरंतर मला या गोष्टीचा आनंद आहे की, मला असं कोणतंही ठिकाण तेव्हा माहीत नव्हतं, त्यामुळे 'पीपल फार्म' बांधून ते चालवणं मला शक्य झालं. मी जीवनाबद्दल आणि ते जगण्याबद्दल बऱ्याच गोष्टी शिकलो. आपण काय बोलतो आणि काय ऐकलं जातं, याबद्दल शिकलो. लोकांबद्दल आणि त्यांच्या धारणांबद्दल अनेक गोष्ट मला समजल्या.

'पीपल फार्म' ही अशी जागा आहे जिथं मला पहिल्यांदा मी घरी असल्याचा अनुभव आला. त्यामुळे मी नेहमी म्हणतो की, जगापासून दूर पळण्याची माझी इच्छा इथं मावळली. काही वर्षं उलटून गेल्यानंतर मला याचीही जाणीव झाली की, माझ्या अस्तित्वाबाबत मला जी अर्थशून्यता भासत होती आणि ती भरून काढण्यासाठी मी उपभोगतावादाचा जो अंगीकार केला होता, ती अर्थशून्यता नाहीशी झाली आहे. अस्तित्वाबाबतच्या या रिक्ततेची जागा मनापासून वाटणाऱ्या समाधानाने घेतली होती. ते समाधान एका अर्थपूर्ण ध्येयाचा पाठपुरावा केल्यामुळे मला मिळत होतं. एक असं ध्येय जे, मी आणि माझ्या कुटुंबापलीकडे जाऊन सर्वांसाठीच लाभदायक ठरत होतं.

असं शाश्वत ध्येय लाभणं आणि त्याचा पाठपुरावा करता येणे, यांमुळे माझ्या मनातील अस्तित्वाबाबतची वेदनाही दूर पळून गेली होती. या साऱ्यांबरोबरच माझ्या

आयुष्यातील इतर पैलू एकत्र येत, एक असं जीवन मी अनुभवायला सुरुवात केली, जिथे परिणामांमुळे निर्माण झालेली शारीरिक किंवा भावनिक वेदना नव्हती आणि पहिल्यांदा मी आनंदाची अनुभूती घेतली. मला असं वाटतं की, मलाही असं सांगता यायला हवं होतं की, हाच तो क्षण जेव्हा जीवन प्रकाशमय आणि सुरेल झालं. मात्र, असं काही झालेलं नाही. काहीतरी गवसल्याचा तो 'युरेका'चा क्षण नव्हता, ज्याची तारीखवार नोंद मी केली आहे. ती हळूहळू होत गेलेली जाणीव होती.

या आंतरदृष्टीची अनुभूती व्हायला मला इतका वेळ का लागला असावा? मला असं वाटतं की आपल्या मेंदूतील तारांची नव्याने जोडणी करण्यासाठी थोडा वेळ लागत असावा. हा प्रकार म्हणजे व्यसनमुक्तीसारखा आहे. ज्यामध्ये सुखाचा पाठलाग करणारी आपली जीवनशैली एखाद्या अमलीपदार्थासारखी होऊन बसते, जिचं आपल्याला व्यसन लागतं, आणि मग ते सेवन केलं नाही तर आपल्याला त्रास होतो. एकदा का आपण या व्यसनात्मक जीवनशैलीतून बाहेर पडलो की, चांगल्या अनुभवासाठी सतत अतृप्त राहणाऱ्या लालसेतून आपली सुटका होऊन ती लालसा पूर्ण न झाल्याने होणाऱ्या वेदनाही दूर होतात. पण ही लालसा सुटत असतानाच सहसा या मार्गावरून चालणारे अनेक जण हार मानतात. मला असं वाटतं मी देखील या मार्गावर चालत असताना केवळ आनंदी राहण्याचा विचार केला असता तर, मीसुद्धा लवकरच हा मार्ग सोडला असता. विरोधाभास असा आहे की, ज्याला आपण चुकून आनंद मानत असतो आणि त्याच्यासाठी धडपडत असतो, तोच खरंतर आपल्या आयुष्यात अनेक दुःखांना कारणीभूत ठरतो.

या टप्प्यावर आलो असता मी असं अजिबात म्हणणार नाही की, मी कायम आनंदी होतो; पण आनंद म्हणजे काय हे मला आता समजलं होतं. वेदनेचे भावनिक प्रकार जसं की, नैराश्य येणं, स्वतःला नीट सांभाळता न येणं आणि चिडचिड होणं, एखाद्याचा हेवा वाटणं किंवा एखाद्यावर आपल्याला अवलंबून राहावं लागेल, इतकं त्या व्यक्तीमध्ये भावनिक गुंतणं यांसारख्या क्षुल्लक भावना अद्यापही माझ्यात होत्याच.

मला असं वाटतं की, आपण लहानाचं मोठं होत असताना जसं आपल्या घरात बोलली जाणारी भाषा शिकतो, तसंच आपण घरातली भावनिक भाषा देखील शिकतो. इतकंच नव्हे तर वाद-भांडणं हे आपल्याला आवडत नाही, असा आपला समज असतो; पण आपण तेदेखील करतो. याचं कारण म्हणजे आपल्याला त्याची अधिक सवय झालेली असते. मला माझ्यातील क्रोधावर, हेवा वाटण्याच्या वृत्तीवर

आणि कोणामध्येतरी गुंतण्याच्या स्वभावावर नियंत्रण ठेवायला शिकण्यासाठी बराच काळ प्रयत्न करावे लागणार होते.

एक सामान्य प्रश्न : तुम्ही हे कसं केलं?

यासाठी तुम्हाला तीन गोष्टींची आवश्यकता आहे.

पहिली म्हणजे, या नकारात्मक भावनांवर मात करण्यासाठीचं प्रोत्साहन. जेव्हा तुम्हाला भावनिक त्रास होत असतो, तेव्हा तुम्ही इतरांनाही भावनिक दुःख देता आणि तुमच्या ध्येयापासून विचलित होता. आपल्यापैकी काही जणांना ही गोष्ट लगेच समजेल आणि स्मरणातही राहील. तर, काही जणांना इतकं नुकसान भोगावं लागेल की नंतर ते ही गोष्ट कधीच विसरणार नाही.

दुसरी गोष्ट म्हणजे पद्धत. आपण काय करत आहोत; याबद्दल आपण जितकं जागरूक राहू तितक्या आपल्या कृती आपल्या ध्येयप्राप्तीसाठी सुसंगत होत जातील. ही पद्धत अगदी सोपी आहे. कोणतीही कृती करताना त्यामागील हेतू निश्चित करा. कोणतीही कृती निष्कारण करू नका; जाणीवपूर्वक कृती करा. कोणतीही कृती करत असताना, आपण हे का करत आहोत? याचं उत्तर कायम तयार ठेवा. मग ते पुस्तक खरेदी करणं असो, एखाद्या संवादात सहभाग घेणं असो किंवा अगदी साधं फोनमध्ये पाहणंदेखील असो. इथंच तुम्ही अर्धी लढाई जिंकाल. एखादी कृती करत असताना, ज्या हेतूने ती कृती करायची आहे त्यापासून तुमचं मन विचलित झालं आहे, असं तुमच्या लक्षात आलं तर, तातडीने मन पुन्हा हेतूवर केंद्रित करा.

तिसरी गोष्ट म्हणजे, या पद्धतीचा सराव करा. उदाहरणार्थ, तुम्ही खात असताना तुमचं लक्ष तुमच्या फोनमध्ये आहे, हे तुमच्या लक्षात आलं तर तत्काळ थांबा आणि खाण्यावर लक्ष केंद्रित करा. पुस्तक वाचत असताना तुमचं मन भरकटल्याची जाणीव झाली आणि शेवटचे काही परिच्छेद आपण काय वाचलं, हे तुमच्या लक्षातच नसेल तर जो परिच्छेद तुमच्या लक्षात आहेत, तिथपासून पुन्हा वाचायला सुरुवात करा.

याबाबतीत मला एक संक्षिप्त स्वरूप मिळालं आहे, जे मला खूप उपयुक्त वाटतं. कोणत्याही संवादामध्ये तोंड उघडण्यापूर्वी किंवा

समाज माध्यमांवर एखादी प्रतिक्रिया देण्यापूर्वी मी WAIT (Why Am I Talking?) करतो. म्हणजेच मी याच्यावर का बोलत आहे, असा प्रश्न स्वतःला विचारतो. तुम्ही या पद्धतीचा सराव करा, मग तो एखादा भावनारहित संवाद का असेना. यामुळे हळूहळू तुमचा सराव होऊन एखाद्या भावपूर्ण संवादामध्येदेखील तुम्ही प्रतिक्रियावादी न होता क्रियावादी व्हायला शिकाल. लक्षात ठेवा, मुळं ही वादळापूर्वीच रुजतात वादळात नव्हे.

अखंड सावधान असणं ही भावनिक वेदना कमी करण्याची गुरुकिल्ली आहे. यामुळे आपल्या 'इच्छा', 'अपेक्षा' आणि 'आसक्ती' या भावनांना नियंत्रणात राहतातच; त्याशिवाय आपण कोणती गोष्ट नियंत्रणात ठेवू शकतो आणि कोणती नाही याची जाणीवदेखील तुम्हाला होते.

याशिवाय अन्यही काही गोष्टी आहेत ज्याची आठवण मी स्वतःला रोज करून देतो. तुम्ही याला माझी वैयक्तिक नियमावली किंवा माझ्या जगण्याची पद्धत म्हणू शकता.

१. कोणतीही गोष्ट व्यक्तिगत स्वरूपात घ्यायची नाही. एखाद्या गोष्टीचा आपल्यावर तितका परिणाम होत नाही, जितका परिणाम आपल्यावर त्या गोष्टीकडे बघण्याच्या आपल्या दृष्टिकोनाचा होतो. लोकांचं संतापणं, वैरभावाने वागणं किंवा कोरडेपणाने वागणं, यामागे त्यांचा स्वभाव किंवा त्यांच्या आयुष्यात घडत असणाऱ्या घटना कारणीभूत असतात.
२. कोणाबद्दलही आकस बाळगू नका. अनेकदा आपल्याला चुकीची वागणूक दिली जात आहे असं आपल्याला वाटतं, परंतु लोकांच्या मूर्खपणामुळेसुद्धा असं होऊ शकतं. लक्षात ठेवा, लोकं जाणीवपूर्वक त्रासदायक होत नाहीत.
३. स्वतःला उच्च दर्जाची वागणूक द्या. स्वतःकडून जास्त अपेक्षा ठेवा; पण इतरांकडून कमी अपेक्षा ठेवा.
४. दोषारोपण करणं म्हणजे पळ काढण्याचा प्रयत्न करणं. त्यामुळे दुसऱ्यांना दोष देऊ नका. दुसऱ्यांना दोष दिल्यामुळे उपयोग तर

काहीच होत नाही, परंतु त्यामुळे तुमच्या हातून नियंत्रण मात्र सुटतं. मनात कटुता धरून ठेवण्याला कधीच न्याय्य कारण नसतं. एखाद्याच्या कृतघ्नपणाचाही स्वीकार केला असता, परिस्थिती तुमच्याच नियंत्रणाखाली येते.

५. ज्यांची तुम्ही मदत करू शकत नाही आणि जे तुम्हाला मदत करू शकत नाहीत त्याकडे दुर्लक्ष करा. फार थोड्या गोष्टींना उपाय असतात. बाकी, एक तर सहन कराव्या लागतात किंवा त्यांच्याकडे दुर्लक्ष करावं लागतं.

६. ज्या गोष्टीची खरोखर लाज वाटायला हवी, केवळ त्याच गोष्टींची लाज बाळगा. कारण, 'सबसे बडा रोग : क्या कहेंगे लोग!'

७. एखादं काम करण्याजोगं असेल, तर ते योग्य पद्धतीनेच करायला हवं. त्यामुळे तुम्ही त्यात जे सर्वोत्कृष्ट करू शकता तेच करा, जेणेकरून मनात कोणतीही खंत राहणार नाही.

८. लोकांना आपण आवडलो पाहिजे या अपेक्षेने तुम्ही बांधले जाल. कारण काळाच्या दीर्घ पटावर कधी ना कधी आपण त्यांच्या अपेक्षा पूर्ण करण्यात अपयशी ठरतोच. त्यामुळे जाणीवपूर्वक कोणाच्या अपेक्षा पूर्ण करण्याचं ध्येय ठेवू नका किंवा तसा प्रयत्न करू नका. कारण त्याचा उपयोग तर होणारच नाही, पण त्यामुळे तुमच्यावर नियंत्रण ठेवलं जाऊ शकतं.

९. तुम्हाला जे नको आहे, त्याचा इतरांकडून अजिबात स्वीकार करू नका.

१०. तुम्ही लोकांना आनंद देऊ शकता, परंतु तुम्ही त्यांना सुखी करू शकत नाही. तुम्ही त्यांच्या गरजा भागवू शकता, पण त्यांच्या इच्छांची पूर्ती करू शकत नाही.

११. तुम्ही लोकांना त्यांच्या स्वतःपासून वाचवू शकत नाही.

१२. हाही काळ जाणार आहे, मग तोच चांगला असो की वाईट असो, सर्वच गोष्टींना अंत आहे; याची जाणीव ठेवा. काही गोष्टी इतरांच्या तुलनेत अधिक वेदनादायी असतात.

तुमच्या संग्रहात भरपूर पुस्तकं असू शकतात; पण सध्या जे तुमच्या टेबलवर ठेवलेलं आहे, किंवा जे तुमच्या उशाशी आहे; तेच आत्ता तुमच्या स्मरणात आहे. हे नियमदेखील त्या सदैव उशाशी असणाऱ्या पुस्तकासारखे आहेत. मला असं वाटतं की, याच कारणासाठी प्रत्येक धर्मामध्ये परिपाठाला फार महत्त्व आहे. या परिपाठामुळे अत्यंत महत्त्वाची मार्गदर्शक सूत्रं तुमच्या सदैव स्मरणात राहतात.

मला असं वाटतं की, माझ्या बाबतीत अतिरिक्त वेदना वाढण्यामागील कारण म्हणजे, मी प्राण्यांसाठी सुरू केलेलं 'बचाव केंद्र' हेदेखील आहे. त्यामुळेच स्वतःला त्रास न करून घेता वेदनेचा सामना कसा करायचा, हे शिकायला मला जरा वेळ लागला. मी याबाबत अखेरच्या प्रकरणात विस्तृत लिहिलं आहेच.

तर अखेर, सर्वकाही झालं; आता मी आनंदी आहे का? तर हो! पण यासाठी थोडा वेळ लागला, आनंद मिळेल अशी अपेक्षा सोडून द्यावी लागली आणि गोष्टी योग्य पद्धतीने घडण्याआधी त्या टोकाच्या बिघडल्या; पण अखेर मला जिथं पोहोचायचं होतं तिथं मी पोहोचलो.

मला त्याग करावा लागला. माझं स्वातंत्र्य जे मला अत्यंत प्रिय होतं, त्याचा त्याग करावा लागला. अगदी खरं सांगायचं तर स्वातंत्र्याचा त्याग करायला लागला म्हणण्यापेक्षाही, त्याचा योग्य पद्धतीने वापर करावा लागला. मला हे स्वातंत्र्य काड्यापेटीतील एखाद्या काडीसारखं वाटतं, तुम्ही त्याने अग्नी प्रज्ज्वलित करू शकता; पण त्यासाठी त्या काडीला मात्र नष्ट व्हावं लागतात. अनेकदा लोक त्यांच्या स्वातंत्र्याबद्दल फारच बचावात्मक भूमिका घेतात, त्यांचं स्वातंत्र्य हिरावून घेतलं जाईल की काय, अशी भीती बाळगतात. पण यामुळे त्यांना त्यांच्या स्वातंत्र्याचा वापरच करता येत नाही. असं होण्यामागचं सगळ्यांत मोठं कारण म्हणजेच, ते स्वातंत्र्य त्यांनी कशा पद्धतीने मिळवलेलं असतं, हे त्यांचं त्यांनाच माहीत असतं. त्यामुळे त्यांना पुन्हा परतंत्र व्हायचं नसतं. पण त्यांना याची जाणीवच होत नाही, की हे स्वातंत्र्य त्यांनी का मिळवलेलं असतं. काड्यापेटीमधल्या काडीचा उपयोग न करता, ती हातात नुसती धरून ठेवली तर उपयोग काय?

आता माझ्या आयुष्याचा थोडा आढावा घेऊ! मला पुरेसं अन्न मिळतं. माझ्या डोक्यावर छप्पर आहे. मला दीर्घकाळापासून होणारा कोणताही शारीरिक त्रास नाही आणि माझ्या शारीरिक स्वातंत्र्याला कोणताही धोका नाही. मला सातत्याने

मानसिक, भावनिक त्रासदेखील होत नाही, कारण माझं तत्त्वज्ञान मला तशी संधीच देत नाही. ते तत्त्वज्ञान मला, माझ्याकडे जे नाही त्याची आकांक्षाच बाळगू देत नाही आणि मी हेही शिकलो आहे की, आपण जर कशावर नियंत्रण ठेवू शकतो तर, ते म्हणजे आपलं मन.

त्यामुळे, न शारीरिक त्रास, न मानसिक त्रास आणि न अस्तित्वाबाबतची वेदना, अशी स्थिती मला आनंदी बनवत आहे. आनंद म्हणजे दुसरं-तिसरं काही नसून वेदनेचा अभाव असणं.

प्रकरण १३

सारांश : 'मी आनंदाविषयी काय शिकलो!'

स्वतःमध्ये आनंद शोधणं कठीण आहे,
पण तो इतरत्र शोधणं तर अशक्य आहे.

—आर्थर शोपेनहॉवर

दुःखी कोण आहे?

जवळपास आपण सर्वच.

आपल्यापैकी बहुतांश लोक हे आयुष्यात अधिक काळ दुःखीच असतात. आपल्या या दुःखाचं प्रमाण हे आपल्या मनाची जडणघडण आणि परिस्थिती यानुसार बदलतं असू शकेल किंवा आपल्या दुःखाची कारणं वेगवेगळी असू शकतात; पण त्याचं मूळ मात्र एकच आहे.

ज्याप्रमाणे या जगात अंधार किंवा थंडी यांचं अस्तित्व आहे, त्याचप्रमाणे दुःख किंवा वेदनेचं अस्तित्व हे आपल्या आयुष्यात स्वाभाविकपणे असतंच. परंतु ज्याप्रमाणे सूर्य किंवा अग्नी यांच्या अस्तित्वामुळे अंधार किंवा थंडीची जाणीव नाहीशी होते, तसाच काहीसा प्रकार दुःखाच्या किंवा वेदनेच्याबाबतही होतो.

मी माझ्या आयुष्यात तेव्हा सर्वाधिक दुःखी होतो, जेव्हा मी माझ्या आयुष्यात त्या सर्वगोष्टी प्राप्त केल्या होत्या, ज्या प्राप्त करायचं उद्दिष्ट आपल्याला वंशपरंपरेने पालकांकडूनच मिळालेलं असतं किंवा समाजाच्या अनुकरणातून आपल्याकडे ते आलेलं असतं.

मला कोणताही शारीरिक किंवा भावनिक त्रास नव्हता आणि खरंतर म्हणूनच मी दुःखात होतो. शारीरिक किंवा भावनिक त्रास नसल्यामुळे माझा मेंदू अक्षरशः रिकामा राहात होता आणि त्यामुळेच मला अस्तित्वाची अर्थशून्यता जाणवू लागली होती.

अस्तित्वाच्या अर्थशून्यतेच्या जाणिवेतून होणारा त्रास हा अतिशय वेदनादायी असतो. याचं नेमकं कारण आपल्याला सापडत नाही. त्यातून निर्माण होणारी

अस्वस्थता दूर करण्यासाठी, निश्चित असा कोणता मार्गही नसतो. परंतु हीच गोष्ट आपल्याला आपल्या जीवनाचं उद्दिष्ट शोधण्यासाठी आणि ते गाठण्याचा मार्ग शोधण्यास भाग पाडते आणि त्याच्या परिणामस्वरूप आपल्याला आनंद मिळतो. ही प्रक्रिया नेमकी कशी आहे, हे मी आपल्याला आता उलगडून सांगतो.

शारीरिक दु:ख हे असतंच. आपण जन्माला येतानाच शारीरिक दु:ख सहन करण्याची क्षमता घेऊन जन्माला येतो. इतकंच काय तर आपण जन्म घेत असतानाही वेदना सहन करतच जन्म घेतो. सुरुवातीला भोवतालच्या नैसर्गिक वातावरणाशी जुळवून घेताना आपण आजारी पडतो. तसंच आपल्याला भूक लागते तेव्हा प्रारंभीच्या काळात आपले पालक आपलं पोट भरतात, मग मोठं झाल्यावर आपल्याला स्वत:लाच काम करून, स्वत:चं पोट भरावं लागतं; स्वत:च्या डोक्यावर छप्पर मिळवावं लागतं आणि स्वत:ला निरोगी ठेवावं लागतं. या गरजा आपण भागवू शकलो नाही, तर आपल्याला दु:खाला समोरं जावं लागेल आणि त्यामुळे आपण आनंदी होऊ शकणार नाही. त्याही पुढे जाऊन विचार केला असता, जर आपली शारीरिक हालचालच होऊ शकत नसेल किंवा आपल्याला काही शारीरिक त्रास असेल तरीही आपल्याला शारीरिक वेदना अनुभवावी लागेल. हे पुस्तक वाचणाऱ्यांपैकी जे वाचक पुस्तक वाचताना आजारी नसती, त्यांना कदाचित शारीरिक त्रासातून निर्माण होणारं दु:ख म्हणजे मी नेमकं काय म्हणत आहे, हे लगेच अनुभवता येणार नाही.

जी गोष्ट शारीरिक वेदनेबाबत आहे तीच गोष्ट भावनिक वेदनेबद्दलही लागू होते. आपण जन्माला येताना केवळ भावनिक वेदना सहन करण्याची क्षमता घेऊनच जन्माला येतो असं नव्हे तर, आपण भावनिक वेदना सहन करतच जन्माला येतो. त्यामुळेच आपल्याला अशा सामाजिक नातेसंबंधांची आवश्यकता असते जिथं आपली काळजी घेतली जाईल आणि आपल्याला समजून घेण्यात येईल.

जेव्हा आपल्याला भीती वाटते किंवा शारीरिक त्रासाचा धोका उत्पन्न होतो, तेव्हा आपल्याला भावनिक वेदनाही होतात. खरं तर आपण या पद्धतीने कधी विचार करत नाही; पण अन्न आणि निवारा न मिळण्याच्या भीतीला दूर ठेवण्यासाठीच आपण आपल्याला आवडत नसेल तरी नोकरी करतो. त्याचप्रमाणे आपला जन्मजात स्वभाव आणि आपण जिथं जन्मलो ती संस्कृती यांच्या मिश्रणातून आपल्या मानात काही आकांक्षा उत्पन्न होतात.

उदाहरणार्थ, शारीरिक सुखाबाबतची आपली आकांक्षा किंवा आपण

कोणासाठीतरी महत्त्वाचे किंवा गरजेचे आहोत याची अनुभूती घेण्याची आकांक्षा यांची जर पूर्तता झाली नाही तरीदेखील, आपण असंतुष्ट राहतो. ही असंतुष्टता म्हणजे भावनिक वेदनाच झाली ना!

शारीरिक आणि भावनिक दुःखाप्रमाणेच आपण अस्तित्वाबाबतचं दुःखही अनुभवण्याची क्षमता घेऊनच जन्माला आलेलो असतो. आता हा नेमका काय प्रकार आहे ते समजावून घेऊ. तर, आपला जो मेंदू आहे, त्याचा विकास अशा पद्धतीने झालेला असतो की त्याला नेहमी कोणती तरी समस्या सोडवायची असते. आपला मेंदू सतत व्यग्र राहिला पाहिजे, तो जर व्यग्र राहिला नाही तर आपल्याला दुःखाची जाणीव होईल. काहीच न करता बसून राहण्याचा प्रयत्न करा आणि पाहा की तुम्ही किती वेळ असं राहू शकता.

मानवाची उत्क्रांती होत असताना, जे गुण आपल्यात विकसित होत गेले त्याचाच एक भाग म्हणजे समस्यांची उकल करण्याचा आपला स्वभाव. ज्यामुळे आपल्या पूर्वजांना अधिक चांगल्या पद्धतीने जगण्यास मदत झाली. प्राचीन काळी ज्या व्यक्तींनी वर्तमानातील समस्या सोडवण्याबरोबरच भविष्यात उद्भवू शकणाऱ्या समस्यांचा विचार करून त्या सोडवण्यासाठी प्रयत्न केले, त्या व्यक्ती दीर्घकाळ जगल्या. आज मात्र, आपल्या भोवतीचं वातावरण इतक्या झपाट्याने बदलत आहे की, उत्क्रांतीच्या प्रक्रियेतून मानवात विकसित होत जाणारे किंवा विकसित झालेले हे गुण आणि झपाट्याने बदलत जाणारी परिस्थिती यांचं गणित जुळवून घेणं मानवाला अद्यप म्हणावं तितक शक्य झालेलं नाही. त्यामुळे कधीकाळी उत्क्रांती घडवून आणणारे मानवातील हेच गुण आता अपायकराक ठरू लागले आहेत.

याचं अगदी जवळचं उदाहरण म्हणजे, कधीकधी अशी परिस्थिती उद्भवते की जिथं आपली नाचक्की होऊ शकते किंवा चारचौघांत आपल्याला मान खाली घालावी लागू शकते, तर, अशी परिस्थिती उद्भवल्यास आपल्याला अस्वस्थ वाटतं. आता या अस्वस्थ वाटण्याचं कारण शोधू जाता असं लक्षात येतं की, पूर्वीच्या काळी असं काही झाल्यास समाजातून वाळीत टाकलं जायचं. त्यामुळे आपल्याला कोणी वाळीत टाकू नये ही भीतीच आपल्याला सामाजिक नियमांचं उल्लंघन

करण्यापासून रोखायची. आता जरी ती जग बदललं असलं तरी आणि अशा काही प्रसंगानांना सामोरं जावं लागलं म्हणून कोणी लगेच वाळीत टाकत नसलं तरी, उत्क्रांतीच्या प्रक्रियेतून आपल्या मनात त्याबाबत चिंता निर्माण करणारी जी प्रवृत्ती विकसित झाली आहे, ती मात्र अजूनही तशीच आहे आणि ती प्रवृत्तीच आपल्याला आपल्या मनासारखं जगू देत नाही.

आणखी एक उदाहरण म्हणजे, क्रोध. जेव्हा आपले पूर्वज जंगलात राहत होते तेव्हा, हिंस्त्र प्राणी किंवा आपले विरोधक यांच्यावर वरचढ ठरण्यासाठी किंवा त्यांच्यापासून बचावासाठी हा क्रोध आवश्यक होता. त्याने त्याकाळी बचाव होण्याची शक्यता अधिक असे. परंतु तोच क्रोध आजच्या आधुनिक काळातही आपल्यात शिल्लक राहिल्यामुळे आपण नातेसंबंध बिघडवत आहोत आणि स्वतःला संकटात ढकलत आहोत.

आपण या पृथ्वीवर जन्माला आलेला अगदी पहिलाच मानवीसमूह नाही त्यामुळे जगत असताना आयुष्यातील त्रास कसा कमी करायचा याची माहिती आपल्याला नव्याने शोधत बसण्याची गरज नाही, ती आपल्याला वंशपरंपरेने मिळत आली आहे. आपण या माहितीला किंवा पद्धतीला 'लोकप्रिय सामाजिक चौकट' असं म्हणू या. या चौकटीचं ढोबळमानाने वर्णन करायचं झाल्यास, जगणं, जोडीदार शोधणं, मुलं जन्माला घालणं आणि त्या मुलांना हीच चौकट अनुसरण्यासाठी प्रशिक्षित करणं. ही चौकट इतकी प्राचीनतम आहे की आपल्या पूर्वजांच्या जीवनशैलीमध्येही आपल्याला या चौकटीचे ठसे अगदी ठळकपणे दिसून येतातच.

मानववंश विस्तारासाठी ही चौकट नक्कीच चांगली आहे. त्याचप्रमाणे, ही चौकट आपल्याला शारीरिकदृष्ट्या तंदुरुस्त ठेवते, भावनिक आधार देते आणि मानसिक स्थैर्यही देते. त्यामुळे एका वैशिष्ट मर्यादिपर्यंत वैयक्तिकदृष्ट्यासुद्धा ही चौकट चांगली आहे. अशा चौकटीतल्या जीवनशैलीचं अनुसरण केल्यानं, आपल्याला शारीरिकदृष्ट्या वेदनेतून मुक्तता मिळते, याचं कारण म्हणजे या चौकटबद्ध जीवनशैलीच्या अनुसरणामुळे आपल्याला किमान आर्थिक स्थैर्य मिळतं, जेणेकरून आपल्या, अन्न-वस्त्र-निवारा आणि वैद्यकीय गरजा भागतात. आणि त्यामुळे आपल्याला अस्तित्वाबाबतच्या वेदनेची अनुभूती येत नाही किंवा

आपला मेंदू सातत्यानं काहीतरी साध्य करण्यासाठी कार्यरत असल्यामुळे त्याची जाणीव आपल्याला होत नाही. या चौकटीमुळे आपण आयुष्यभर कशाच्यातरी पाठी धावत राहतो. चांगले गुण, पैसे, लग्न, मुलंबाळं, मग त्या मुलाबाळांना चांगले गुण मिळावेत, त्यांनी चांगला पैसा कमवावा, लग्न करावं आणि आपण जसं मुलांना जन्माला घातलं तसं त्यांनी मुलांना जन्माला घालावं... असं चक्र सुरूच राहातं.

मात्र, यामुळे आपण भावनिकदृष्ट्या अनेक वेदना सहन करतो. एक तर आपल्याला काहीतरी हवं असतं आणि त्यामुळे आपण असंतुष्ट असतो किंवा आपण जिथं आहोत तिथून आता पुढे काय याबद्दल आपल्या मनामध्ये उत्सुकता असते. आपल्याला काय हवं आहे हे ठरवताना आणि आपल्याला काय मिळालं आहे, याची अनुभूती घेताना काही काळा आपण नक्कीच आनंदाची अनुभूती घेतो. परंतु आपल्याला जे हवं आहे आणि आपल्याला जे मिळालं आहे, त्याच्या मधल्या काळात आपण असंतुष्ट असतो. जेव्हा आपल्याला काहीतरी मिळतं आणि आता पुढे काय मिळवायचं याचा आपण विचार करतो त्या मधल्या कालावधीही, आता पुढे नेमकं काय हवं आहे, या प्रश्नामुळेही आपण अस्वस्थच असतो.

वर उल्लेख केलेली लोकप्रिय सामाजिक चौकट ही आपल्याला आनंद मिळेल असे आश्वासन देत, आपल्याला अन्यत्र भरकटू देत नाही. मात्र, आपल्या पदरी आनंद मिळेल हे आश्वासनच पडतं; आनंद काही मिळत नाही. आपल्या आतील आनंद हा आयफोनच्या आगामी अत्याधुनिक स्वरूपाप्रमाणे आपल्यापेक्षा एक पाऊल कायम दूरच असतो. आनंद मिळण्याचं हे आश्वासन आपल्यापैकी प्रत्येक जण मनाला देत असतो. त्या मुखवट्यामागं स्वतःच्या वेदना लपवत, आनंदी असल्याचा दावा करत असतो. प्रत्येकाच्या चेहऱ्यावर दिसणाऱ्या या मुखवट्यामुळे आपल्याला असं वाटतं की, आपण नक्कीच काहीतरी चुकीचं करत असणार. कारण, इतर लोक तर याच गोष्टी करून आनंदी दिसत आहेत.

'आपण जे काही करत आहोत, ते का करत आहोत?' असा प्रश्न आपण स्वतःला कधीच विचारत नाही. याचं कारण म्हणजे, पूर्वीपासून ज्या गोष्टी केल्या गेल्या आहेत त्याच आपणही करत राहतो, त्यामुळे प्रश्न विचारायला आपल्याला वेळच उरत नाही.

आपल्यापैकी बहुतांश लोक खूप मोठ्या प्रमाणात भावनिक वेदना सहन करत असतात. यातले काही जण कधीतरी या साचेबद्ध जीवनशैलीतून बाहेरही पडतात. मग ते प्रेम किंवा संपत्ती गमावल्यामुळे; काही कारणाने नैराश्य आल्यामुळे

किंवा महासाथ वगैरेंसारख्या घटनांमुळे उदासीनता आल्यामुळे बाहेर फेकले जातात. अशा परिस्थितीत काही इच्छा-आकांक्षाच उरत नाहीत. आपण अक्षरशः बेफिकीर होऊन जातो. काही जणांच्या बाबतीत गरजा आणि आकांक्षांची पूर्तता झाल्यानंतरही हीच अवस्था येते.

या दोन्हींपैकी कोणत्याही परिस्थितीनंतर ज्या साचेबद्ध चौकटीत विचार करण्यात आपला मेंदू गुंतलेला असतो, त्या बंधनातून मुक्त होऊन विचार करण्याची मोकळीक आपल्या मेंदूला मिळते. हीच ती पहिली वेळ असते जेव्हा आपण प्रामाणिकपणे विचार करतो की, आपण जे काही काम करत होतो ते सर्व जगण्यासाठी करत होतो पण असं करता करता मी काम करण्यासाठीच जगू लागलो होतो. मग या सर्व गोष्टींना काय अर्थ आहे? मी नेमकं कशासाठी जगत आहे?

ही अस्तित्वाबाबतची वेदना आहे, हे आपण ओळखूच शकत नाही. कारण याबद्दल आपल्याशी कधीच कोणी काही बोललेलं नसतं. लोक भावनिक वेदनांबद्दलसुद्धा क्वचित कधीतरी बोलतात तर मग, अस्तित्वासंबंधीच्या वेदनेबद्दल बोलण्याचा विषय तर दूरच. त्यामुळे आपल्याला या नव्याने ओळख झालेल्या वेदनेबद्दल काहीच समजत नाही. हे का होत आहे? आणि आता पुढे काय करायचं? हे आपल्यालाच समजत नाही.

तर, या अवस्थेत मी होतो. मी या समस्येचा सामना करत होतो कारण, जीवनात मी ज्या मार्गाचं अनुसरण करत होतो, तो चालून संपला होता आणि आता पुढं कुठे जायचं? हे मला समजत नव्हतं.

अस्तित्वाबाबतची वेदना ही भावनिक वेदना आहे, असा आपला गैरसमज होतो आणि मग भावनिक वेदना दूर करण्यासाठी जे काही करायला हवं, ते आपण करू लागतो. आपण व्यसनांच्या आहारी जातो किंवा अति उपभोग घेऊ लागतो किंवा मग प्रेमसंबंधांच्या माध्यमातून ती वेदना कमी करण्याचा प्रयत्न करतो. या अस्तित्वाबाबतच्या अज्ञात वेदनेबद्दल आपण नेमकं काय करू शकतो, याची जाणीव नसल्याने आपल्यापैकी अनेक जण पुन्हा भावनिक वेदनेकडे वळतात जी हवेपणा आणि अखेर तो हवेपणा संपून येणारी निरसता याच्यामध्येच अडकून पडलेली असते.

अशा अवस्थेत काहीजण अध्यात्माचाही मार्ग निवडतात; पण अनेकजणांना त्याचा नेमका अर्थच उलगडत नाही. आपण ज्याला आध्यात्मिकता म्हणतो, ती प्रत्यक्षात आपल्या सध्याच्या जीवनशैलीची एक पर्यायी सामाजिक चौकटच

होऊन बसते. थोडक्यात भौतिक गोष्टींना अध्यात्माचा आधार दिला जातो. खरंतर गौतम बुद्धांसारख्या महात्म्यांनी ज्या पद्धतीनं स्वतःचा मार्ग तयार करत दुःख संपण्याचा प्रयत्न केला तशा पद्धतीनं अध्यात्म जगायला हवं. मात्र त्याऐवजी आपण ज्ञानाच्या चार गोष्टी ऐकतो जेणेकरून आपल्या वेदना सुसह्य होतील.

काही लोक, अस्वस्थता दूर करण्यासाठी प्रामाणिकपणे या मार्गावरून चालण्याचा प्रयत्न करतात, पण तेदेखील जीवन उजळून टाकणाऱ्या तत्त्वांचा पाठपुरावा करण्याऐवजी कर्मकांडातच अडकून बसतात. याला अध्यात्माच्या नावाखाली शोधलेला पर्यायी मार्ग म्हणता येईल, अध्यात्म नव्हे. हे केवळ स्वतःचं लक्ष दुसरीकडे वळवणं आहे, उत्तर शोधणं नव्हे.

अस्तित्वाबाबतच्या वेदनेचा सामना करण्यासाठी आपल्या पैकी काही जण मोठी ध्येय डोळ्यासमोर ठेवत स्वतःचं लक्ष वळवतात. जसं की, भरपूर पैसा कमावणं किंवा कलेसाठी जगणं. हे काही अंशी उपयुक्त ठरतं, कारण आपला मेंदू कुठेतरी गुंतून राहतो आणि त्यामुळे अस्तित्वाबाबतची वेदना आपल्याला जाणवत नाही, पण आतमध्ये कुठेतरी आपल्याला याची जाणीव होत असते की, आपण जे काही करत आहोत ते खरोखर गरजेचं नाही; आपल्याला एवढ्या पैशांची गरज नाही किंवा कोणी कलेचा आधार घेत असेल तर, केवळ कलेसाठी कला यामुळे कोणतीही अर्थपूर्ण उद्दिष्टपूर्ती होत नाही. त्यामुळे ज्याक्षणी आपलं मन थोडं शांत असतं, जसं की अंघोळ करताना, भांडी घासताना, फेरफटका मारताना तेव्हा आपल्या मनात पुन्हा पुन्हा तोच विचार येतो की, मी कशासाठी जगत आहे?

आता काही जण तरीही म्हणतील की, अशा परिस्थितीमध्ये पुन्हा आपण जीवनशैलीच्या त्या जुन्या रहाटगाडग्याकडे वळलेलंच बरं. कारण त्यामुळे भावनिक वेदना निर्माण होत असल्या तरीदेखील आपलं मन गुंतून राहून अस्तित्वाबतची वेदना तर सतावणार नाही. पण असं झालं आणि सगळं चांगलंच होत जाईल असं जरी गृहित धरलं तरी, आपण चुकीची जीवनशैली जगत राहू. अनेकदा असंही होतं की, आपण इतके दीर्घायुषी होतो की, काधीतरी पुन्हा या अस्तित्वाबाबतच्या वेदनेचा सामना करावा लागतोच.

आपल्या पालकांकडेच पाहा, एकदा का मुलं मोठी झाली आणि त्यांच्या प्रपंचात गुंतली की, आता पुढे आयुष्यात करायचं काय? हेच अनेक पालकांना समजत नाही किंवा ज्या पैसा आणि प्रसिद्धीची आपल्याला आकांक्षा असते, ते ज्यांना मिळालेलं आहे, ते किती व्यसनांच्या आहारी गेलेले असतात आणि त्यांना

किती मानसिक त्रास असतात हे आपण पाहतोच. इंस्टाग्रामवरच्या रीलमध्ये एखादा सेलिब्रिटी त्यांने २६वी बाईक खरेदी केल्याचं आपल्याला दाखवतो. तेव्हा मला असा प्रश्न पडतो की, या पूर्वीच्या २५ बाईकमधून त्याला जो आनंद मिळालेला नाही, तो या २६व्या बाईकमधून मिळेल, असं त्याला कसं काय वाटतं असावं?

आपल्याला मिळालेल्या जीवनाचा चांगल्या पद्धतीने उपयोग करण्याऐवजी आपण केवळ जगायचं म्हणून जगतो आणि आनंदी राहण्याचा प्रयत्न करतो. पण आपल्याला हे समजतच नाही की, आनंदी राहण्यासाठी आयुष्य सत्कारणी लावणं अत्यंत आवश्यक आहे.

मी वैयक्तिक जीवनात, याआधी उल्लेख केलेल्या चौकटबद्ध जीवनशैलीमुळे दुःखी होतो का? याचं उत्तर देताना मी जर माझ्या दुःखी असण्याचं खापर सरसकटपणे या पिढ्यनपिढ्या चालत आलेल्या जीवनशैलीवर फोडलं तर मी खोटं बोलतोय असं म्हणाव लागेल. अनेक जणांच्या बाबतीत असं होतंही, पण माझ्या बाबतीत बोलायचं झाल्यास माझं कारण वेगळं होतं. माझ्या आईने मला जीवनाचं हे सार सांगण्याचा प्रयत्न केला, पण मी तिचं ऐकलं नाही. प्रेमसंबंधाचं आकर्षण, पैशाचा लोभ आणि उपभोगाची चटक हे जसं कमी कष्टाचं असत तसं ते अत्यंत मोहकही असतं.

मी आणि माझ्यासारखे आपल्यातले अनेक जण या टप्प्यावर खूप लवकर पोहोचलो असतो जर, आपल्याडं ती सामाजिक चौकट पिढ्यानपिढ्या हस्तांतरित होत आली नसती. आनंद म्हणजे काय हे न समजल्यामुळे आपण त्याचा संबंध सुखोपभोग किंवा तात्पुरत्या आनंदाशी जोडतो. या भावना सातत्याने कमी-अधिक होत असतात. कधीकधी आपण हा सुखोपभोग मिळवण्यासाठी धडपडत राहतो तरीही पदरी समाधान येत नाही. तर कधी, त्या गोष्टी मिळाल्यावरसुद्धा एक पोकळी जाणवत राहते.

काही गोष्टी आपल्याला आकर्षक वाटाव्यात अशी त्यांची रचनादेखील केली गेली असते. तीव्र भावनांचे उदात्तीकरण करणारे चित्रपट, हे अपयशासाठी आपली मनःस्थिती तयार करत असतात. ते आपल्या मनात चुकीच्या अपेक्षा निर्माण करतातच, पण त्याचबरोबर प्रत्यक्षात अपायकारक जीवनशैली अशा पद्धतीने रंगवतात की, ती आपल्याला आकर्षक वाटावी.

आयुष्यातील निर्णयाकडे बघा आणि विचार करा की, भावनेच्या आहारी जाऊन घेतलेल्या निर्णयांपैकी किती निर्णय योग्य ठरले? जाहिरातींमध्ये देखील

प्रत्येक मानवी आकांक्षेला उत्पादनाशी जोडलं जातं.

उदाहरणार्थ, मित्रांबरोबर वेळ घालवायचा आहे? मग एकत्र बसून बिअर किंवा सोडा प्यायलाच हवा. जरा एकांत हवा आहे? मग तुमच्या हाती मद्याचा प्याला हवाच किंवा एखादी सिगार तरी शिलगवायला हवीच. उंची वस्त्रं घातली नाही, तर तुमच्याशी कोणी शारीरिक जवळीक करणारच नाही. उंची बूट घातल्याशिवाय तुम्ही योग्य कार्य करू शकणार नाही आणि या सगळ्याचा भाग बनत आपणही या गोष्टीला चालना देतो. आजकाल तर या गोष्टी पूर्वीपेक्षाही अधिक होत आहेत.

मला जे वाटतं ते मी तुम्हाला सांगण्याचा प्रयत्न करेन; पण त्याने काही फरक पडणार नाही. जर मी म्हणालो की, तुम्हाला आनंदाची अनुभूती घेण्यासाठी, पैशांची किंवा प्रसिद्धीची आवश्यकता नाही; तर तुम्ही म्हणाल, "तुम्हाला हे बोलणं सोपं आहे कारण तुमच्याकडे या दोन्ही गोष्टी आहेत." मी जर तुम्हाला सांगितलं की, मुलं जन्माला न घालणं हा मी घेतलेल्या चांगल्या निर्णयांपैकी एक होता, तर तुम्ही म्हणाल की, हे तुम्हाला कसं कळणार? तुम्हाला काय माहीत की तुम्ही कोणतं सुख गमावलं आहे? असो, प्रत्येक जण स्वतःच्या चुकातूनच शिकत असतो. मी तुम्हाला माझी कथा सांगितली आणि मी केलेल्या चुका सांगितल्या, जेणेकरून तुम्हालाही असं, चुका करण्याचं धाडस आणि स्वतःची कथा नव्यानं लिहिण्याची संधी मिळावी.

चला, आपण सुरुवात करू या.

शारीरिक भावनिक आणि अस्तित्वाबाबतची वेदना नसेल, असं जीवन आपण कसं जगू शकतो?

अस्तित्वाबाबतची वेदना दूर करण्यासाठी तुमच्या जीवनात एक उत्कट आणि व्यापक उद्दिष्ट असलं पाहिजे. तुमची अल्पकालीन ध्येयं ही त्या व्यापक उद्देशाकडे जाणाऱ्या पायऱ्या असल्या पाहिजेत. जीवनातलं हे उत्कट आणि व्यापक उद्दिष्ट अस्तित्वाबाबतची वेदना तर दूर करतंच पण भावनिक आणि शारीरिक वेदना कमी करण्यासही मदत करतं.

तार्किकदृष्ट्या विचार करता, कोणत्याही परिस्थितीत आपल्या शरीराची आणि मनाची काळजी घेणं हे आपल्या फायद्याचंच असलं तरीदेखील आपण ते करत नाही. योग्य काय आणि अयोग्य काय हे माहीत असूनदेखील आपण नुकसानकारक अशा अल्पकालीन सुखोपभोगांना प्राथमिकता देतो. परंतु जेव्हा आयुष्यात आपल्यासमोर उत्कट असं उद्दिष्ट येतं तेव्हा त्या उद्दिष्टाला पूरक असणाऱ्या कृतीच

आपल्याकडून घडतात.

आपण जे काही करत आहोत, ते का करत आहोत? याचं सर्वसमावेशक असं एकच उत्तर आपल्याकडं असेल तर, आतला आणि बाहेरचा गदारोळ कमी करत, आपल्याला एकाग्र होण्यास मदत होते.

शारीरिक वेदना कमी करण्यासाठी तुमचा आहार योग्य असायला हवा; पुरेसं पाणी प्यायला हवं; श्वासोच्छ्श्वास नीट व्हायला हवा. योग्य व्यायाम आणि विश्रांतीदेखील हवी. भावनिक वेदना कमी करण्यासाठी तुम्ही भावनांवर नियंत्रण ठेवायला शिकलं पाहिजे. त्यासाठी तुम्ही सजग राहायला हवं. त्याचप्रमाणे स्थितप्रज्ञ राहण्याचा प्रयत्न करायला हवा. त्यासाठी तुम्हाला हे समजून घ्यावं लागेल की, कोणत्या गोष्टीवर आपण नियंत्रण ठेवू शकतो आणि कोणत्या नाही. इथं तुम्हाला तुमच्या आयुष्यातलं उद्दिष्ट उपयोगी पडेल. ते सतत तुम्हाला प्रेरणा देत राहील आणि तुमचं लक्ष केंद्रित ठेवण्यासाठी सदैव ठळक संकल्पना देत राहील. यामुळे विचार करत भरकटत राहण्याऐवजी तुमचं मन सतत तुमच्या उद्दिष्टाकडे लागून राहील. आनंदासाठी इंद्रियजन्य सुखोपभोगांना कुरवाळत राहण्याची गरज कमी होऊन आपली हाव कमी होईल.

अर्थपूर्ण उद्दिष्ट साध्य करण्यासाठी सजग राहून प्रयत्न केल्याने शहाणपण येतं. तुमच्या हे लक्षात येतं की आपण किती थोड्या गोष्टींवर नियंत्रण ठेवू शकतो. आपण आपल्याकडून अगदी सर्वोत्तम देण्याचा प्रयत्न केला तरी एखादी गोष्ट अमुक एका पद्धतीनेच होईलच, अशी अपेक्षा आपण ठेऊ शकत नाही. त्याचप्रमाणे सजग राहिल्याने आपण उगाच सतत निराश होत नाही आणि सतत चिडचिडही करत नाही. अशा पद्धतीने भावनिकदृष्ट्या होणाऱ्या वेदना कमी होतात.

कोण आनंदी आहे?

ती व्यक्ती आनंदी नव्हे ज्या व्यक्तीने आनंदाची कुठलीशी स्थिती गाठली आहे, आनंदी व्यक्ती म्हणजे ती व्यक्ती ज्या व्यक्तीनं जीवनकौशल्य आत्मसात केलं आहे आणि ते ती आचरणात आणत आहे. अशांनाच वेदनारहित अवस्था म्हणजेच आनंद म्हणजे काय हे समजलेलं असतं. त्यामुळेच अशा व्यक्ती त्यांचं शरीर आणि मन निरोगी ठेवत अर्थपूर्ण जीवन जगतात. त्यांनी या गोष्टीचा देखील स्वीकार केलेला असतो की, हे जीवनकौशल्य शिकत असताना आणि प्रत्यक्ष आचरणात आणत असताना त्यांच्या स्वतःमधील अपूर्णता आणि बाह्य परिस्थिती त्यांना आनंदी राहण्यापासून कायमच परावृत्त करण्याचा प्रयत्न करणार.

मी आनंदी आहे, हा दिशाभूल करणारा शब्दच्छालच असतो, जो एक अशी प्रतिमा तयार करतो की मी नेहमी आनंदीच असतो. पण तसं आपण नसतो. जर माझा पाय खिळ्यावर पडला तर त्याक्षणी मी काही आनंदी असणार नाही. एखाद्या दिवशी सकाळी उठल्यावर मला जर निराश वाटत असेल तर, त्या क्षणी मी काही आनंदी असणार नाही. असं गृहीत धरून चालू की मी, एका प्रकल्पावर खूप वेळ काम केलं, उदाहरणार्थ एखादा व्हिडिओ तयार करायचा आहे आणि तो करत असताना जर मी सावध नसलो तर मी वहावत जाऊन त्याच्या परिणामाबाबत अधिक उत्सुक राहीन आणि जर प्रतिकूल परिणाम आला तर मला भावनिक वेदना होऊन मी दुःखी होईन.

त्यामुळे जेव्हा मी म्हणतो की, मी आनंदी आहे, तेव्हा मला बहुतांशवेळा असं म्हणायचं असतं की, "नाही, आत्ता मला कोणत्याही प्रकारे वेदना होत नाही."

आनंद म्हणजे सातत्याने एखादी अवस्था गाठणं, असं आनंदाकडे न पाहता; मुळातच आपली मानसिकता बदलणं असं पाहिल्यास अधिक योग्य ठरेल. उदाहरणार्थ, आपण एकदा का बाईक चालवायला शिकलो की आता आपण कधी बाईकवरून पडणारच नाही, असा त्याचा अर्थ होत नाही. कधीतरी आपण आपल्या चुकीमुळे, म्हणजे आपलं लक्ष नसल्यामुळे पडू शकतोच काधी एखाद्या गाडीवर जाऊन धडकू शकतो. तर कधीतरी आपण एखाद्या खड्ड्यामुळे पडू शकतो. त्याचप्रमाणे आपण आनंदी राहायला शिकलो, तरी प्रत्येक वेळी आपण आनंदी असूच असं नाही. कधीतरी बाह्य गोष्टींमुळे तर कधी आंतरिक गोष्टींमुळे आपण आनंदी असू शकणार नाही. पण ज्याप्रमाणे आपण गाडी चालवायला शिकल्यानंतर पडण्याची शक्यता कमी होते, तसंच आनंदाची अनुभूती घेण्याच्या बाबतीतही होतं. आपण जसजसे बाह्यपरिस्थितीतल्या ज्या गोष्टी दुर्लक्ष करण्याजोग्या आहेत त्या ओळखून त्याकडे दुर्लक्ष करतो तसतसा त्या परिस्थितीमुळे आपल्यावर होणारा परिणाम योग्य पद्धतीने आपल्याला हाताळता येतो आणि त्याच्या परिणाम स्वरूप आपण दुःखी असण्याचे क्षण कमी होतात.

मी हेच शिकलो, की आनंदाचा पाठलाग करत बसल्यामुळेच खरं तर मी आनंदाला मुकत होतो. अखेर मला याची जाणीव झाली की, एका उदात्त उद्दिष्टाचा पाठपुरावा करत राहिल्याने मला आनंद मिळाला. हे म्हणजे त्या मांजर आणि माणूस यांच्या कथेसारखं झालं. एका माणसाला त्याच्या घरात मांजर दिसली. तो तिला पकडून पाळण्याचा प्रयत्न करू लागला. तो जितका अधिक तिला पकडण्याचा

प्रयत्न करत असे तितकी ती दूर पळत असे. अखेर ती मांजर त्या माणसाच्या दृष्टिआड झाली, तेव्हा त्यांने मांजरीला पकडण्याचा विचार सोडून दिला. त्यानंतर मग ती मांजर त्याच्या घरी आली आणि त्याच्या मांडीवर बसली.

आनंद हे आपलं उद्दिष्ट नाही. आनंद हे अर्थपूर्ण जीवनाचं फलित असू शकतो. त्यामुळं कोणतंही का असेना, एक उद्दिष्ट निश्चित करणं हे आपल्या आनंदासाठी अत्यंत आवश्यक आहे. जे लोक ही गोष्ट ओळखतात त्यांनाच आनंदाची अनुभूती येते.

प्रकरण १४

सारांश : मी उद्दिष्टाबाबत काय शिकलो

ज्याच्याकडे जगण्यासाठी कारण आहे,
तो कोणत्याही परिस्थितीत तरुन जातोच.

— नित्शे

आपल्यापैकी बहुतेक जण आयुष्यात असंतुष्टच असतात. कारण आपण चुकीच्या पद्धतीने जीवन जगत असतो; पण आपण चुकीचं उद्दिष्ट निवडलं म्हणून चुकीचं जगतो, हे कारण नसून, आपण उद्दिष्टच निश्चित करत नाही, म्हणून आपण चुकीचं जगतो.

आपल्या वाहनातल्या किंवा मोबाईलमधल्या 'जीपीएस'चंच उदाहरण घ्या. ही 'जीपीएस' यंत्रणा आपल्याला आपण कुठं वळायचं ते सांगते, जर आपण चुकीचं वळण घेतलं तर आपल्याला योग्य मार्ग दाखवते; पण हे सर्व कधी? तर, जेव्हा आपण त्यावर आपल्याला नेमकं कुठं जायचं आहे, ते गंतव्य स्थान म्हणजेच 'डेस्टिनेशन' टाकतो, तेव्हा आपल्याला ही यंत्रणा मार्गदर्शन करते.

बहुतांश लोक जीवनाच्या उद्दिष्टांबाबत सजगपणे विचार करत नसले तरी, आपण त्यांना जेव्हा विचारतो की, त्यांचं उद्दिष्ट काय आहे? तेव्हा ते स्वाभाविकपणे सांगतात, 'आनंदी राहणं' हे त्यांचं उद्दिष्ट आहे. हे म्हणजे, आम्ही विमानात बसतो; पण कुठे जाण्यासाठी म्हणून नव्हे तर, विमानतली मजा अनुभवण्यासाठी, असं म्हणण्यासारखं आहे.

आपण विमानात आपल्या गंतव्यस्थानी जाण्यासाठी बसतो. म्हणजेच आपला मुख्य उद्देश हा गंतव्य स्थानी जाण्याचा असतो, त्यानंतर मग आपण विमानाची निवड करताना ज्यामध्ये अधिक सुविधा असतील किंवा ज्या विमानाने प्रवास करताना अधिक मजा येईल, अशा विमानाची निवड करतो. मात्र केवळ मनोरंजनासाठी आपण विमानात जाऊन बसत नाही. आनंद किंवा वेदनेचा अभाव हा जीवन सुसह्य करतो, हे जरी खरं असलं तरी, तुम्ही कशासाठी तरी जगत असला पाहिजे. आयुष्य

सुसह्य व्हावं म्हणून मी जगतोय अशी विचित्र गोष्ट होऊ शकत नाही.

जरी आपण घटकाभर हे मान्य केलं की, आनंदी राहणं हाच आपल्या जीवनाचा उद्देश आहे; तरी, शाश्वत आनंद कसा असतो? किंवा, तो मिळवण्यासाठी आपण काय नियोजन केलं आहे? या प्रश्नांची उत्तरं मात्र आपल्याला देता येत नाहीत. त्यामुळे आपल्याला ज्या ठिकाणी जायचं आहे ते स्थान नेमकं कसं आहे किंवा कुठं आहे? अथवा कोणत्या दिशेला आहे? हेच आपल्याला माहीत नसेल, तर आपण तिथं पोहोचण्याची शक्यता अगदीच कमी असते.

जीवनामध्ये व्यापक उद्दिष्टाच्या अभावामुळे, आपण अल्पकालीन ध्येय साध्य करत जगत असतो. यात अडचण अशी असते की, ही अल्पकालीन ध्येय जेव्हा एका व्यापक उद्दिष्टाशी सुसंगत नसतात; तेव्हा या विसंगतीतून आपण वेगळ्याच दिशेला जाण्याची शक्यता असते.

उदाहरणच द्यायचं झालं तर, करिअरबाबत निर्णय घेताना बरेचदा असे निर्णय घेतले जातात, ज्यामुळे आपल्याला मुळात जे करायचं असतं; त्यापेक्षा वेगळे काहीतरी आपण करू लागतो. म्हणजे, आपल्याला जे करायचं होतं ते करता येईल, अशा करिअरची निवड करण्याऐवजी; करिअरबाबत चुकीचा निर्णय घेतल्यामुळे, ते करिअरच नंतर आपल्यालाच भलत्या मार्गावर फरपटत नेतं. मग आपण त्यात अडकून पडलो आहोत; याची आपल्याला जाणीव होते.

अर्थात यातले काही निर्णय हे बदलता येण्यासारखे असतात, काहींवर तुम्ही काम करून योग्य मार्गावर जाऊ शकता, मात्र काही निर्णयांमुळे तुम्हाला खरोखरंच अडकून पडल्यासारखं होतं. तुम्हाला तुमच्या जीवनाचं मुख्य उद्दिष्ट गवसण्याआधी, तुम्ही जितके निर्णय घ्याल तितके तुम्ही घडणाऱ्या गोष्टी नशिबावर किंवा परिस्थितीवर सोडून द्याल.

माझ्या बाबतीत बोलायचं झाल्यास, स्वतःची स्वतंत्रता जपायची या दृष्टीने प्रयत्नशील असताना, जरी माझ्या डोळ्यांसमोर जीवनाचं व्यापक उद्दिष्ट नव्हतं तरी, जेव्हा मला माझं उद्दिष्ट गवसलं तेव्हा, मी मला हवं असणारं जीवनातलं स्वातंत्र्यही मिळवू शकलो. मी अमेरिकेत स्थायिक झालो होतो; तिथं माझं घर वगैरे सगळ्या गोष्टी होत्या; नंतर ते सर्व विकून मी भारतात येऊन एक गावात माझं आयुष्य नव्याने सुरू करू शकलो तरी, माझ्या जीवनाचं उद्दिष्ट मला गवसण्या आधीच माझं लग्न झालं होतं. त्यामुळे शिवानी आणि माझे विचार लगेच जुळले नाहीत आणि त्यामुळे काही काळ मी अगदी हतबलतादेखील अनुभवली आहे.

आणखी एक गोष्ट म्हणजे, आपण जगत असताना आपला प्रभाव जगावर पडत असतो. मग तसं होणं आपल्याला अपेक्षित असो अथवा नसो; पण आपली प्रत्येक कृती ही जगावर परिणाम करत असते. आपण घेत असलेल्या उपभोगांमुळे होणारा थेट परिणाम असो किंवा, आपण जे काही करतो त्याचं अनुकरण करणाऱ्या व्यक्तींमुळे होणारा अप्रत्यक्ष परिणाम असो, आपण आपल्या प्रत्येक कृतीतून या जगावर त्या कृतीच्या परिणामाचे ठसे उमटवत असतोच. त्यामुळे आपल्या आस्थेशी सुसंगत अशा जीवन उद्दिष्टाचा विचार न करता जेव्हा आपण जगत असतो तेव्हा, आपलं अस्तित्व हे विचारहीन ठरतं आणि अशा परिस्थितीमध्ये जगावर आपला विपरीत प्रभाव पडण्याची शक्यताच अधिक असते. म्हणजे आपल्या अस्तित्वाबत आणि त्यामुळे जगावर पडत असलेल्या प्रभावाबाबत आपली जी धारणा असते त्याच्या अगदी उलटच घडत असतं. 'आपण एक चांगली व्यक्ती आहोत,' असं आपल्याला वाटत असताना प्रत्यक्षात मात्र आपण आयुष्यभर त्याच्या अगदी उलट पद्धतीने जगत असल्याची आणि त्यामुळे इतरांना वेदना होण्याची शक्यता असते. हीच ती समर्पक कारणं आहेत, जी आपल्याला पटवून देतात की, आपण आयुष्यात अल्पकालीन ध्येय साध्य करण्यात व्यग्र असलो तरीदेखील, थोडा वेळ काढून आपल्या जीवनाचं दीर्घकालीन उद्दिष्ट शोधायलाच हवं.

आता या टप्प्यावर अनेक जण त्यांच्या जीवनाच्या उद्दिष्टाबाबत विचार करायला लागतात; पण तो विचार म्हणजे असा असतो की, जणू आपण एका विशिष्ट कारणासाठीच जन्माला आलो आहोत. मात्र, जन्मानंतर हे विश्व आपल्याशी विनोद करत असल्याप्रमाणे ते उद्दिष्ट जाणीवपूर्वक आपल्यापासून लपवत आहे.

या अंतिम उद्दिष्टाबाबत मला दोन शक्यता वाटतात.

एक म्हणजे; ज्या कारणासाठी आपला जन्म झाला आहे, ते उद्दिष्ट साध्य करण्याच्या दृष्टीने नकळत का होईना; पण आपली वाटचाल होत असते. उदाहरणार्थ, एखाद्या मत्स्यालयातील मासे, हे त्यांच्या मालकाच्या आनंदासाठीच तिथं ठेवलेले असतात. याची जाणीव त्या माशांना नसली आणि तिथं ते वेदनादायी जीवन जगत असले तरी, मालकाला आनंदी ठेवण्याचं त्यांच्या आयुष्याचं उद्दिष्ट ते अनाहुतपणे पूर्ण करत असतात.

दुसरी शक्यता म्हणजे, ज्या उद्देशासाठी आपला जन्म झाला आहे, तो उद्देश आपल्याला आद्यापपर्यंत गवसलेलाच नाही, त्यामुळे आपण तो साध्य करण्यासाठी प्रयत्नच करू शकत नाही. पण ही शक्यता अगदीच नगण्य आहे. कारण एखाद्याने

आपल्याला इतक्या कष्टाने निर्माण केलं असेल तर, तो आपल्याला त्या मागचं कारण सांगणार नाही हे, तार्किकदृष्ट्या विचार करता पटत नाही. तुम्ही एखाद्या व्यक्तीला नोकरी देऊन काय काम करायचं हे सांगणारच नाही, असं होईल का? किंवा असा विचार करा की तुम्ही एखाद्याला विनाकरणच निर्माण केलं असतं का?

या शक्यता काही असल्या तरी, जसजसा विचार करत जाता तसा पुढे मार्गच खुंटतो. करण आपल्याला माहीत नाही की सत्याचं नेमकं स्वरूप काय आहे. आपण एका आभासी जगात जगत आहोत की, आपणही एखाद्या परग्रहवासीयांच्या घरातील मत्स्यालयाचे घटक आहोत? हे आपल्याला ठाऊक नाही आणि सध्या तरी या कशाचा शोध लावण्याची क्षमता आपल्यात नाही.

त्यामुळेच मला जीवनाचं उद्दिष्ट काय? हे माहीत नाही किंवा नैसर्गिक स्वरूपात खरंच जीवनाला उद्दिष्ट असतं की नाही याचीही मला कल्पना नाही. त्यामुळे मी माझं उद्दिष्ट शोधण्यासाठी दुसरा सर्वांत चांगला पर्याय निवडला आणि तो म्हणजे, मीच माझ्या आयुष्याचं उद्दिष्ट निश्चित केलं. एक असं उद्दिष्ट, जे प्रत्यक्षात अर्थपूर्ण असून आपला प्रभाव पडणाऱ्या प्रत्येकाला आपण ते सांगू शकतो.

उद्दिष्ट असण्याचे फायदे, (उद्दिष्ट कोणतंही असो!)

आपण या आधीच चर्चा केली आहे की, आयुष्यात एखादं उद्दिष्ट असल्यास अस्तित्वाबाबत असलेली वेदना कमी होते. त्याचप्रमाणे भावनिक वेदना कमी करण्यास हे उद्दिष्ट साहाय्यकारी ठरतं. कारण जेव्हा आपलं लक्ष कशावर तरी केंद्रित झालेलं असतं, तेव्हा बाकीचा आतला आणि बाहेरचा कोलाहल आपल्यासाठी शांत होतो. आपली एकाग्रता एखाद्या शोधदिव्याप्रमाणे म्हणजेच 'सर्चलाईट'प्रमाणे होऊन जाते. हा सर्चलाईट आपण ज्या गोष्टींवर टाकतो, तेच आपलं वास्तव बनतं. बहुतेक वेळा आपलं लक्ष एका गोष्टीवरून दुसऱ्या गोष्टीकडे फिरत राहतं. आपण एका अशा अवस्थेत असतो जिथं आपलं लक्ष सतत विचलितच असतं. मात्र जेव्हा आपल्याकडे उद्दिष्ट असतं, तेव्हा आपल्या डोक्यात त्या उद्दिष्टाबाबतच प्राधान्याने विचार येत राहतो. त्यामुळे ते उद्दिष्ट आपल्याला आपोआपच लक्ष केंद्रित करायला भाग पाडून, एका ठिकाणी स्थिर करतं.

आपल्या डोळ्यांसमोर एखादं उद्दिष्ट असेल तर आपल्याला निर्णय घेणंदेखील सोपं जातं. आपल्याला एकाचवेळी अनेक गोष्टी हव्या असतात. परंतु, आपण कशासाठी जगत आहोत? या एका प्रश्नाचं उत्तर शोधल्याने आपल्या विचारांना

स्पष्टता येते किंवा एखाद्या प्रसंगी द्विधा मनःस्थिती झालीच तर आपल्याला नेमकी कोणती एक गोष्ट हवी आहे, ज्यासाठी आपण जगत आहोत, याचं भान आपल्याला आपल्या डोळ्यांसमोरील उद्दिष्टामुळे मिळतं. त्याचप्रमाणे, मी जी कृती करत आहे, ती मला माझ्या उद्दिष्टाच्या जवळ नेत आहे की, मला त्यापासून दूर नेत आहे? हा प्रश्न आपल्याला कोणताही निर्णय घेताना लिटमस चाचणीप्रमाणे उपयोगी पडतो.

एकदा का आपलं उद्दिष्ट निश्चित झालं की, आपण करत असलेली प्रत्येक कृती ही एकाच दिशेनं होते. उदाहरणार्थ, कधी आपल्याला असं वाटलं की, 'चला धूम्रपान करू या!' लगेच मनात विचार येतो, "नको! हे आपल्या आरोग्यासाठी चांगलं नाही आणि आयुष्यात जर आपल्याला अधिकाधिक चांगलं काही करायचं असेल, तर आरोग्य चांगलं राहणं अत्यंत आवश्यक आहे."

कधी असं वाटलं की, जरा डोंगर-दऱ्यात भटकू या का? तर मन म्हणतं, "नक्कीच! थोडासा विरंगुळा आपल्याला रोजचं काम अधिक प्रभावीपणे करण्यासाठी उपयुक्त ठरेल."

कधी 'स्काय डायव्हिंग करू या का?' असा विचार मनात आला तर मन म्हणतं, "नको! तुला विरंगुळाच हवा असेल तर त्यापेक्षा कमी सहासी खेळांचा विचार कर." थोडक्यात काय तर, अशा पद्धतीने प्रत्येक कृतीला दिशा देणारी विचारप्रक्रिया सुरू होते.

मला इथं हे अगदी सांगावसं वाटतं की, योग्य पर्याय काय, याची माहिती असणं आणि योग्य पर्याय निवडणं यात जमीन–आसमानाचा फरक आहे. म्हणजे कळतंय पण वळत नाही, अशी स्थिती असताना एक प्रचंड आंतरिक उर्मी जोपर्यंत तुम्हाला, जे कळत आहे त्या दिशेने चालण्याची प्रेरणा देत नाही, तोपर्यंत ते करायला मन वळवणं फार कठीण असतं. त्यामुळे केवळ योग्य पर्यायावर प्रकाश टाकून भागत नाही, तर तो पर्याय निवडण्याची गरजदेखील असते आणि ती प्रेरणा देण्याचं काम आपलं उद्दिष्ट करतं.

या अनुषंगाने मला माहूत आणि हत्तीचं उदाहरण फार आवडतं. माहूत हा आपल्या वैचारिक बाजूचं प्रतीक असून हत्ती हा भावनिकतेचं प्रतीक आहे. माहूत जर अनुभवी असेल तर तो हत्तीला नियंत्रणात ठेवून, जिकडे त्याला जायचं आहे, तिकडे जाऊ शकतो. पण, अशी कल्पना करा की हत्तीलादेखील जर त्याच दिशेला जायचं असेल तर तो दुग्धशर्करा योगच म्हणायचा. त्यामुळेच उद्दिष्ट निश्चित करत असताना तुम्हाला ज्यातून भावनिकदृष्ट्या सकारात्मक वाटत असेल अशाच

उद्दिष्टाची निवड करणं अत्यंत आवश्यक आहे. आपण याबद्दल शेवटच्या प्रकरणात विस्तारानं चर्चा करणार आहोतच.

अर्थपूर्ण उद्दिष्ट कसं शोधाल?

आपण आपलं जे उद्दिष्ट निवडतो, किंवा या जगातली आपली जी भूमिका निश्चित करतो ती आपण या जगाकडे नेमकं कसं पाहतो, यावरच प्रामुख्याने अवलंबून असते. म्हणजेच या जगात आपण कोणत्या गोष्टींना महत्त्व देतो, आणि कोणत्या गोष्टी आपल्याला आपल्या मूल्यांच्या अधिक जवळ नेतील असं आपल्याला वाटतं, त्यावर बरंच काही अवलंबून असतं. आयुष्यात आपलं नेमकं उद्दिष्ट काय आहे? असा विचार करण्याच्या टप्प्यावर आपण पोहोचेपर्यंत, अनेक परंपरागत गोष्टींवर आपण विश्वास ठेवायला सुरुवात केलेली असते, कारण आपली घडणच तशा पद्धतीने होते. त्यामुळे आपण केवळ जगाकडे स्वच्छ नजरेने बघणंच गमावून बसतो असं नाही, तर वास्तविक पाहता जगाकडे एका ठराविक दृष्टिकोनातूनच पाहायचं असतं, अशीच आपली घडण झालेली असते आणि तिचा आपल्यावर किती खोल प्रभाव आहे, याची आपल्याला जाणीवही होत नाही.

हे जे गतानुगतिक संस्कार आपल्या चित्तावर झालेले असतात ते पुसून टाकण्यासाठी आणि जगाकडे स्वच्छ नजरेने पाहून त्याचा उलगडा करून घेण्यासाठी, स्वतःला प्रश्न विचारायला सुरुवात करा की, 'मी जे करत आहे, ते का करत आहे?' तुम्हाला जे उत्तर मिळेल, त्यावर आणखी एक प्रश्न उपस्थित करा? 'मला जे हव आहे, ते का हवं आहे?' आता या प्रश्नांच्या मालिकेत आणखी एक चांगला प्रश्न समाविष्ट करा, 'मला जे हवं आहे आणि ते मिळवण्यासाठी मी जो प्रयत्न करत आहे, त्याचं फलित काय असणार आहे?' आता या फलिताचा विचार करत असताना, तुम्हाला फक्त तुमच्या स्वतःवर होणाऱ्या परिणामाचा विचार करायचा आहे; मानवजातीवर होणाऱ्या परिणामांचा विचार करायचा आहे, की त्याही पुढं जाऊन संपूर्ण जीवसृष्टीवर होणाऱ्या परिणामांचा विचार करायचा आहे, हे तुम्ही किती संवेदनशील आहात यावर अवलंबून आहे. आता यापैकी तुम्ही कोणत्याही आधारे विचार केलात, तरीदेखील हा विचार तुम्हाला एका गोष्टीचं विश्लेषण करायला भाग पाडतोच आणि ती म्हणजे, 'जी गोष्ट तुम्हाला साध्य करायची आहे ती तुमच्या मूल्यांना अनुसरून आहे की नाही.' आता या विश्लेषणातून जे उत्तर तुमच्या हाती लागेल त्यात कल्पनाविलास किती आहे आणि

तथ्य किती आहे याची स्वतंत्रपणे जाणीव व्हावी यासाठी तुमच्या प्रश्न मालिकेत आणखी एक प्रश्न जोडा? 'जे उत्तर माझ्या हाती आलं आहे किंवा जी गोष्ट मला समजली आहे, त्यात खरोखरच तथ्य आहे की ही केवळ माझी धारणा किंवा अमुक एक गोष्ट अशीच असावी असा माझा विश्वास आहे?'

आपली धारणा ही एक अशी गोष्ट आहे जी आपण कोणत्याही पुराव्याशिवाय उराशी कवटाळून बसलेलो असतो. त्यामुळे मी माझ्या धारणा किंवा मला अमुक असं वाटतं? असा जो आपला स्वभाव असतो, तो नियंत्रणात ठेवण्याचा प्रयत्न करतो. मी केवळ त्याच धारणा माझ्या चित्तात दृढ केल्या आहेत, ज्यामुळे मला माझं जीवन अधिक प्रभावीपणे जगता येईल. उदाहरणार्थ, जग हे एका निश्चित पद्धतीनेच चालत आहे, असा विचार करून मला कोणताही फायदा होणार नाही. कारण मला माझा मार्ग निवडायचा आहे, त्यावर चालल्यामुळे जे चांगले–वाईट परिणाम होणार आहेत, त्यांना सामोर जायचं आहे आणि मला माझ्या कृतींमुळे होणाऱ्या परिणामांची जबाबदारी स्वीकारावी लागणार आहे, तसंच इतरांच्या कृतीमुळे होणाऱ्या परिणामांसाठी त्यांना जबाबदार धरावं लागणार आहे.

> अनेकदा आपण म्हणतो की, "कोणीतरी ना अमुक एक गोष्ट केली पाहिजे, ज्यामुळे तमुक एक गोष्ट साध्य होईल" किंवा "अमुक एका बाबतीत कोणीतरी काहीतरी केलं पाहिजे". तर मुद्दा असा की जेव्हा तुम्हाला नेमकं काय करावं असं सुचत नाही, तेव्हा, हे जे आपल्याला वाटत असतं की, कोणीतरी काहीतरी केलं पाहिजे... किंवा अमुक एक बाबतीत पुढाकार घेतला पाहिजे... यांपैकी एखादी अशी संकल्पना जी तुमच्या मूल्यांशी सुसंगत आहे, ती सत्यात उतरवण्याची क्षमता तुमच्यात आहे आणि त्यासाठी तुमची परिस्थितीही अनुकूल आहे. अशी संकल्पना घ्या आणि त्यावर तुम्ही स्वतःच काम करायला सुरुवात करा. मग तुम्हाला तिचा पाठपुरावा करताना समाधान लाभेल.

माझं उद्दिष्ट निश्चित करताना मी काहीशी अशीच पद्धत अवलंबली की, जी तथ्ये वादातीत आहेत आणि जी मी पाहू किंवा अनुभवू शकलो, त्यांचा मी स्वीकार केला. ती तथ्यं अशी होती की, एकीकडे जगातील सर्व प्राणिमात्र अनैच्छिक शारीरिक वेदना टाळण्याचा प्रयत्न करत असताना, माझं जीवन हे इतरांच्या

शारीरिक दुःखाचं कारण ठरत आहे. दुसरीकडे माझी धारणा तर अशी होती की, 'मी एक चांगलं व्यक्तिमत्व आहे आणि चांगल्या व्यक्ती वाईट गोष्टी करत नाहीत.' त्यामुळे या साऱ्याची गोळाबेरीज केल्यानंतर मी या निष्कर्षावर किंवा माझ्या जीवनाच्या तर्कशुद्ध उद्दिष्टावर येऊन पोहोचलो की, 'जे स्वतःची मदत करू शकत नाहीत, त्यांच्या वेदना कमी करण्यासाठी आपल्याला मदत करायची आहे.'

आता कदाचित तुमचं जीवन उद्दिष्ट वेगळं असू शकतं. पण हे लक्षात ठेवा की, सर्व उद्दिष्ट ही एक समान नसतात. त्याचप्रमाणे हेही लक्षात ठेवा की उद्दिष्टामागचं उद्दिष्ट हे केवळ स्वतःला पुन्हा व्यग्र ठेवणं, असं असू नये. अनंत ध्येयासक्ती ही आपल्यातील अस्तित्वाबतची अंतहीन पोकळी भरून काढण्यास मदत करते. याचं कारण आपल्या मेंदूला सतत एखादी समस्या सोडवायची असते, अशा परिस्थितीत आपल्यातील अनंत ध्येयासक्ती आपल्याला उपयुक्त ठरते. अर्थात हे करत असताना ती आपल्या मूल्यांशी किती सुसंगत आहे, यांवर आपलं समाधान अवलंबून असतं. तुम्ही अशा उद्दिष्टाचा पाठपुरावा करत असाल, जे तुमचं मन शांत झालं की, तुम्हाला पुन्हा विचार करायला प्रवृत्त करत असेल की, हे मी का करत आहे.

उदाहरणार्थ, समजा तुम्ही हाताने कागद तयार करण्याची कला अगदी उत्तमपणे आत्मसात केलीत आणि आता तुम्हाला पुन्हा प्रश्न पडला की, 'मी हे नेमकं कशासाठी साध्य केलं?' तर तुम्हाला तुमच्या उद्दिष्टाचा पुन्हा विचार करण्याची आवश्यकता आहे. कारण तुम्हाला असं उद्दिष्ट निवडायचं आहे जे, 'मी का जगत आहे?' या प्रश्नाच्या उत्तराशी सुसंगत असेल आणि तुम्ही ते उद्दिष्ट साध्य करण्यासाठीच जगत असाल. एकदा का तुम्हाला या प्रश्नाचं शाश्वत उत्तर गवसलं की ते तुमचा धीर कधीच खचू देणार नाही.

तुमचे आई-वडील आणि तुमची पत्नी व मुलं यांची तुमच्यावर असलेली जबाबदारी आणि तुमचं उद्दिष्ट या दोन भिन्न गोष्टी आहेत, हेदेखील लक्षात ठेवा.

आपलं उद्दिष्ट शोधण्याच्या या मार्गावर बहुतेकवेळा आपण एकटेच असतो. याचं कारण म्हणजे आपल्या भोवताली जे लोक असतात त्यांची आणि आपली मानसिकता एकसमान नसते. आपल्याला ज्या गोष्टी निरर्थक वाटू लागतात किंवा ज्या गोष्टी क्षुल्लक असल्याची जाणीव होते, त्या गोष्टींमध्येच आपल्या भोवतीचे लोक अडकून पडलेले असतात. त्यामुळे अशी शक्यता देखील खूप अधिक असते की, आपल्या भोवतीचे जे लोक आहेत ते आपल्यासाठी उपकारक

न ठरता अपायकारकच ठरू शकतात, कारण त्यांचा स्वतःचा काही पूर्वग्रह किंवा व्यक्तिगत स्वार्थ असू शकतो. इतकंच नव्हे तर आपला स्वतःचा पूर्वग्रह आणि स्वार्थही आपल्याला मागे खेचू शकतो. त्यामुळे काही गोष्टींची खुणगाठ आपण कायम मनाशी बांधून ठेवली पाहिजे.

असं समजा की, तुमचं उद्दिष्ट असं आहे की, 'जलप्रदूषणामुळे इतरांना होणारा त्रास कमी करण्यासाठी जलशुद्धीकरण करायचं.' आता तुमचं हे उद्दिष्ट साध्य करण्यासाठी तुम्ही 'स्वच्छ नदी' हे एक अभियान हाती घेतलं आहे आणि त्यासाठी तुम्हाला 'अ. ब. क.' नावाच्या नदीच्या किनाऱ्यावरून एकट्याने फिरायचं आहे. आता तुम्ही स्वतःला हा प्रश्न विचारा की, अभियानाच्या माध्यमातून नेमकं मनात पहिलं काय आलं, काहीतरी चांगली गोष्ट करावी की, एकटं फिरण्याची हौस भागवून घ्यावी? विचार प्रक्रियेतून तुमचं खरं उद्दिष्ट कोणतं आणि तुमच्या आकांक्षा पूर्ण करण्यासाठीची तर्कसंगत कारणं कोणती यातला फरक लक्षात येऊन, तुमचं खरं उद्दिष्ट तुम्हाला समजेल.

काही जणांना असंही वाटू शकेल की, इतर लोक जे चांगलं कार्य करत आहेत, त्यासाठी त्यांना भरपूर पैसे उपलब्ध करून द्यावेत हेच आपलं उद्दिष्ट आहे आणि ते साध्य करण्यासाठी भरपूर पैसा कमवावा. पण असा विचार करून आपण एक पळवाट शोधत आहोत, असं मात्र होऊ नये. यासाठी, तुम्हाला नेमक्या कोणत्या प्रकल्पासाठी पैसा उपलब्ध करून द्यायचा आहे, हे निश्चित करणं गरजेचं आहे. कारण आपण सध्या अशा जगात जगत आहोत जिथं, अनेक अब्जाधीश त्यांच्या पैशांचा विनियोग चांगल्या कामासाठी करण्याचा प्रयत्न करत आहेत; पण त्यातून फारसं काही साध्य होत नाही. या सगळ्यांतून मला एक गोष्ट कायम वाटते की, 'भरपूर पैसे कमवून त्या पैशांचं आता काय करायचं याबाबतची स्पष्टता आणि योग्य दिशा नसणाऱ्या व्यक्तींपेक्षा, या जगाला अशा हुशार व्यक्तींची गरज आहे जे, आपली हुशारी भूतदयेसाठीच्या कामात वापरतील.'

चांगलं काम करणं, हे उद्दिष्ट निवडण्याचे फायदे

तुम्ही काहीतरी चांगलं काम करण्याचं उद्दिष्ट निवडता तेव्हा, ते तुम्हाला आयुष्यभरासाठी पुरतं. कारण या जगात वेदनेला अंत नाही, त्यामुळे ती कमी करण्यासाठी हाती घेतलेले कार्य हेदेखील अविरत करता येतं.

हे म्हणजे, प्रचंड पैसा कमावणं किंवा विविध उद्योगधंदे सुरू करण्यासारखंच

आहे. कारण या गोष्टींनाही अंत नाही आणि चांगलं काम करण्यालाही अंत नाही. त्यामुळेच अनेक अब्जाधीश त्यांच्याकडे भरपूर पैसा असूनदेखील पैसा कमावतच आहेत; असं तुम्हाला दिसेल. फक्त फरक एवढाच आहे की, जेव्हा तुम्ही तुमच्या पैशांचा विनियोग योग्य पद्धतीने करत नसतानादेखील पैसे कमवत राहता, तेव्हा असे अनेक क्षण येतात जे तुम्हाला विचार करायला भाग पाडतात की, 'मी नेमकं कशासाठी जगत आहे?'

या उलट चांगलं काम करत असताना, हा प्रश्नच उद्भवत नाही. चांगल्या कामाव्यतिरिक्त तुमच्या जीवनाचं अन्य काही उद्दिष्ट असेल, तर तुम्हाला तुमच्यामुळे उमटणाऱ्या वेदनांच्या पाऊलखुणांकडे दुर्लक्ष करावं लागतं किंवा तुम्हाला निर्ढावलेली व्यक्ती व्हावं लागतं.

मला असं वाटतं की, तार्किकदृष्ट्या लोकांना ही गोष्ट पटते; पण त्यांना त्यांच्या भावनांना आवर घालणं अवघड होऊन बसतं. पैसे कमावणं, नवनवे व्यवसाय सुरू करणं, कला जोपासणं या ज्या गोष्टी ते करत असतात, ते सोडून वेगळं जीवन जगण्याला ते धजावत नाहीत.

काही जणांच्या बाबतीत असंही होऊ शकतं की, एकीकडे चांगलं काम करूनही ते असंतुष्ट राहात असतील, तर दुसरीकडे आत कुठंतरी त्यांना समाधानची अनुभूतीसुद्धा येत असेल. एक गोष्ट लक्षात ठेवा की, आपला मेंदू हा प्रश्न सोडवण्यासाठी उत्क्रांत होत आलेला आहे. त्याला प्रश्न सोडवायला दिले नाहीत तर, आपल्याला भावनिक त्रासालाही सामोरं जावं लागू शकतं. त्यामुळे इतरांच्या वेदनांना कमी करण्याचं काम त्याला दिलं, तर त्याला एक अशी समस्या सोडवायला मिळते, जी कधीच संपणारी नाही. विशेष म्हणजे ही समस्या (पैशांची फारशी गरज नसतानादेखील ते आणखी कमवण्याच्या तुलनेत) अर्थपूर्ण असल्यामुळे अस्तित्वाच्या खोलवर गेलेल्या वेदनेवर हळुवार फुंकर ठरते. आता शाश्वत असंतुष्टता आणि मी ज्या वेदनेबद्दल बोलतो त्या दोन्ही संकल्पनांमध्ये गल्लत होऊ देऊ नका.

उदाहरणार्थ, मी जर श्वास घेतला नाही, पाणी प्यायलं नाही, खाल्लं नाही तर माझ्या शरीरात अस्वस्थतेची संवेदना निर्माण होईल. ही संवेदना मला जगण्यासाठी आवश्यक गोष्ट करायला भाग पाडेल. जोपर्यंत मी माझ्या या मूलभूत गरजा भागवत राहीन; तोपर्यंत या संवेदनेचं रूपांतर वेदनेत होणार नाही.

उद्या जर आपण म्हणलो की, आता आम्ही इतके समाधानी आहोत की,

आम्ही श्वासही घेणार नाही, अन्न पाणी घेणार नाही, तर आपण मरूनच जाऊ.

त्याचप्रमाणं आयुष्यात उद्दिष्ट असणं ही आपली एक गरज आहे. आपण निवडलेलं उद्दिष्ट साध्य करण्यासाठी आपण सातत्याने जे प्रयत्न करत असतो, ते प्रयत्न करत राहाणं, म्हणजे वेदना नव्हे. कारण जीवन जगण्यासाठी थोडी असंतुष्टता हवीच.

म्हणजे, एकीकडे जीवनात मी जो मार्ग निवडला आहे आणि त्यावरून मी चालत आहे, याचं समाधान मला नक्कीच आहे. परंतु मी माझे उद्दिष्ट साध्य करण्याच्या मार्गावर आत्ता जिथं आहे, त्या स्थितीबद्दल मी कायम असंतुष्टच असेन. मला माझ्या मार्गावर अजून पुढे जावं, असंच वाटत राहील.

हे 'अजून हवं असलेपण' म्हणजेच ही असंतुष्टता तिच्या उद्देशानुसार माझ्यासाठी आणि जगासाठी चांगली किंवा वाईट ठरू शकते. म्हणजे समजा, मला खूप अन्न हवं आहे. मी ते मिळवलंसुद्धा; पण ते मिळवून मी एकटाच खात राहिलो तर, खूप खाल्ल्यामुळं अपचन होऊन अखेर मी आजारी पडेन. मात्र, हेच 'हवेपण' मी इतरांना अन्न वाटण्यासाठी वापरलं, म्हणजे खूप अन्न गोळा करून भुकेल्यांना दिलं. तर, ते उपयुक्त ठरून अधिकाधिक लोकांना अन्न मिळेल.

चांगलं काम करण्याचा आणखी एक फायदा म्हणजे, तुम्ही तुमच्या दुःखाची तुलना इतरांच्या दुःखाशी करता आणि तुम्हाला तुमचं दुःख नगण्य भासू लागतं. अर्थातच त्यामुळे आपलं दुःख काही कमी होत नाही; पण 'आपलंच दुःख मोठं' असं वाटण्याची आपली जी वृत्ती असते, तिचं नियंत्रण करण्यासाठी याचा उपयोग होतो.

एखाद्या बाबतीत परिस्थिती किती वाईट असू शकते, हे आपण सतत पाहत राहतो, त्यामुळे इतरांच्या तुलनेत आपली परिस्थिती किती बरी आहे, याची जाणीव आपल्याला होते. ही जाणीव आपलं भावनिक दुःख कमी करण्यासाठी उपयुक्त असते. कारण अनेकदा आपण आपल्याकडे जे आहे त्यापेक्षा, आपल्याकडे जे नाही त्याचीच खंत आपण करत बसतो. मात्र, जे आपल्याकडे आहे, त्याच्याबद्दल आपण समाधानी राहू लागल्यावर भावनिक वेदना कमी होतात.

आपल्या भावनिक वेदनाचं आणखी एक कारण म्हणजे, आपल्या आयुष्यात आपल्याबाबतीत सगळ्या गोष्टी न्याय्य घडाव्यात, अशी आपली अवास्तव अपेक्षा असते. मुळात अशी अपेक्षा ठेवण्यात काहीच अर्थ नाही. त्यामुळे जेव्हा आपण अशी अपेक्षा ठेवतो आणि आयुष्यात आपल्याला अन्यायाचा सामना करावा लागतो तेव्हा, आपल्याला दुःख होतं. याचं कारण म्हणजे आपली अशी

धारण असते की आयुष्यात आपल्या बाबतीत सगळ्या न्याय्य गोष्टीच घडाव्यात. त्यामुळं आपण जेव्हा इतरांच्या वेदना कमी करण्यासाठी काम करू लागतो तेव्हा, आपल्याला जाणवतं की, आयुष्य हे अन्याय्य गोष्टींनीच भरलेलं आहे.

त्यामुळे जेव्हा आपण चांगलं काम करण्याचं उद्दिष्ट ठेवून जगायला सुरुवात करतो, तेव्हा आपण, 'मी एक चांगली व्यक्ती आहे' या आपल्या धारणेशी सुसंगत जगू लागतो. या एकाच परिस्थितीमध्ये आपल्या बहुतांश कृती या वेदना कमी करण्याच्या संकल्पनेशी सुसंगत ठरतात. या उद्दिष्टामुळे, आपल्याला जगताना जे दुःख अनुभवावं लागतं आणि चांगलं काम करतानासुद्धा जो त्रास सहन करावा लागतो, तो सहन करण्याची क्षमता आपल्याला मिळते. इतकंच नव्हे तर आपण चांगलं काम करत असताना किंवा जगताना आपल्याला ज्या वेदना होतात त्या या उद्दिष्टामुळे आपल्याला नगण्य वाटतात. याबाबत म्हणूनच व्हिक्टर फ्रँकल म्हणतो की, 'वेदनेला अर्थपूर्णता प्राप्त झाली की, ती वेदना राहत नाही.'

प्रकरण १५

सारांश :
चांगलं काम करण्याचं माझं आकलन

'तुम्ही चांगले बनण्यासाठी आजही प्रयत्न करू शकता, पण ही बाब तुम्ही उद्यावर ढकलता.'

–मार्कस ऑरेलिस

या प्रकरणाची सुरुवात कशी करावी, या विचारात मी खूप डोकंफोड केली. चांगल्या कामाला कुठून आणि कशी सुरुवात करावी, याबाबत संभ्रम असलेल्या लोकांना मार्गदर्शन म्हणून मी 'असं करता येईल,' अशा स्वरूपाच्या मार्गदर्शक वाक्यांनी सुरुवात करावी की, जे लोक निराशावादी असल्याने काही करायला सुरुवातच करत नाहीत त्यांना उद्देशून एक छानसं भाषण द्यावं? हे द्वंद्व माझ्या मनात सुरू होतं.

अखेर मी निराशावादी लोकांचा अधिक विचार केला, जेणेकरून चांगलं काम करण्याची माझी कल्पना ही पोकळ आशावादावर आधारित नाही, तर तिला ठोस वास्तवाचा आधार आहे हे त्यांना समजेल आणि नंतर जेव्हा मी 'असं करता येईल' या टप्प्याला सुरुवात करेन, तेव्हा प्रत्येकाचा माझ्यावर पुरेसा विश्वास बसलेला असेल. त्यामुळे ते माझ्या सांगण्याचा अधिक गांभीर्याने विचार करतील.

पण या सगळ्याला सुरुवात करण्यापूर्वी, 'चांगलं' म्हणजे काय, याची व्याख्या करणं आवश्यक आहे.

लोक ज्या शब्दांचा वापर करतात त्यांचा काळानुरूप वेगवेगळ्या लोकांसाठी वेगवेगळा अर्थ असू शकतो आणि त्यामुळे प्रचंड विसंवाद निर्माण होण्याची शक्यता असते. कधीकधी अशीही वेळ येते की, आपण वापरत असलेल्या शब्दांची आपल्याला समज आहे, असं आपण गृहीत धरतो. मात्र, प्रत्यक्षात त्यांचा अर्थ कुणी विचारला तर, तो आपल्याला सांगता येत नाही. 'आनंदी' या शब्दाबाबत असं घडल्याचं आपण पाहिलं आहे.

मी जेव्हा माझं आयुष्य 'चांगलं' काम करण्यासाठी समर्पित करण्याचा निर्णय घेतला, तेव्हा मी पहिल्यांदा 'चांगलं म्हणजे काय?' या पायरीवर अडखळलो.

दोन निर्णयांमध्ये तुलना करण्यासाठी मला एखादा मापदंड हवा होता, ज्या आधारे कशाचा परिणाम अधिक चांगला आहे, याचा निर्णय मला घेता येईल. केवळ तत्काळ दिसून येणारा परिणाम नाही, तर दीर्घकाळ टीकणारा परिणाम आणि अखेर चांगलंच फळ देणारा परिणाम कोणता किंवा ज्यामुळे किमान कमीत कमी वाईट होईल असा परिणाम कोणता, याची मला या मापदंडाच्या आधारे तुलना करायची होती.

माझ्याजवळ एखादा वस्तुनिष्ठ मापदंड असेल तरच हे शक्य होऊ शकणार होतं.

उदाहरणार्थ, जेव्हा तुम्ही एखादी कंपनी चालवत असता, तेव्हा निर्णय घेण्यासाठी तुमच्याकडे एक मापदंड असतो. दीर्घकालीन विचार करून, तुम्हाला अधिक पैसे मिळवून देणारा निर्णय, हा चांगला निर्णय असतो. व्यावसायिक क्षेत्रात निर्णयाचं बरे-वाईटपण ठरवण्यासाठीच्या मापदंडांमध्ये 'पैसा' हा एक महत्त्वाचा मापदंड असतो. त्याचप्रमाणे चांगलं काम करण्यासाठी, मला त्यासारखाच एखादा मापदंड हवा होता. एकवेळ आकड्यांमध्ये त्याचं मोजमाप करता आलं नाही तरी चालेल; पण किमान कोणता निर्णय घेतल्याने त्याचा चांगला परिणाम होईल, याची तुलना मला करता यायला हवी होती.

'जीव वाचवणं' हा एक उघड मापदंड आहेच. एका निर्णयामुळे किती जणांचे प्राण वाचतील? किंवा एकाचा जीव वाचवल्यानंतर अनेकांचे प्राण जातील का? हे काही आपल्याला सांगता येत नाही. तर मग आपण निवडक किंवा सोईस्कर भूमिका घ्यावी का? म्हणजे जे बलात्कारी, खुनी, दहशतवादी किंवा दारू पिऊन गाडी चालवणारे नसतील, त्याच लोकांचे प्राण वाचवावेत का? मात्र, इतरांच्या जीवाला ज्यांच्यामुळे धोका आहे, अशा लोकांना वाचवूच नये का?

लोकसंख्यावाढीच्या भस्मासुरामुळे उपासमार, गरिबी, पाण्यासाठी संघर्ष अशा समस्या निर्माण होतात.

आपल्याला केवळ निष्पाप लोकांचे प्राण वाचवायचे असतील, तरी एवढी प्रचंड लोकसंख्या असणं हे मानवतेसाठी बाधक नाही का? सर्वसामान्य जीवनशैली असलेल्या व्यक्तीच्या जीवनशैलीकडे तुम्ही पाहिलं, तर तुमच्या सहज लक्षात येईल की, मानवी आयुष्यमान जितकं अधिक, तितकं ते टिकवून ठेवण्यासाठी अधिक जीव नष्ट होतात. आणि नष्ट होणाऱ्या जीवांमध्ये मानवेतर जीवांची संख्याच अधिक आहे.

प्राण वाचवणं ही चांगली गोष्ट नाही, असं मला अजिबात म्हणायचं नाही. फक्त, आपण 'चांगलं काम करणं' या विषयावर विचार करताना, 'जीव वाचवणं' असं आपल्याला उत्तर सुचलं तर, ते एकदम अचूक ठरेल असं न होता, त्यालाही अनेक आयाम असू शकतात आणि त्या अनुषंगाने माझ्या डोक्यात सुरू झालेली विचारांची साखळी मी तुमच्यासमोर मांडतो आहे.

या टप्प्यावर, मला हे सांगायचं आहे की, विविध गोष्टींच्या ज्या व्याख्या केल्या जातात ना, त्या व्याख्या ज्या संदर्भात किंवा परिस्थितीत तयार केल्या जातात, त्याच चौकटीत त्या अर्थपूर्ण ठरतात.

उदाहरणार्थ, तुम्हाला हवं ते निवडण्याचं स्वातंत्र्य असणं हे कदाचित तुमच्या वैयक्तिक बाबतीत चांगलं ठरू शकतं; पण तुमच्या कुटुंबाचा विचार करता तशी निवड योग्य ठरेलच असं नाही. तुमच्या परिसरातील पार्किंगची सर्व जागा तुमच्या मालकीची असणं हे तुमच्या कुटुंबासाठी चांगलं असू शकतं; पण शेजाऱ्यांसाठी नाही. पृथ्वीवरील विविध स्रोतांचा वापर करता येणं हे मानवासाठी चांगलं असू शकतं, मात्र याबाबतीत संवेदनशील असणाऱ्या इतर जीवांसाठी कदाचित ते हितकारक नाही. मी ज्या 'चांगले'पणाच्या व्याख्येच्या शोधात होतो, ती केवळ माझ्यासाठी, माझ्या कुटुंबासाठी किंवा मानवतेसाठीही मर्यादित नव्हती, तर ती जगातील सर्व जीवमात्रांच्या (या पृथ्वीवरील सर्व ज्ञात जीवांच्या कल्याणाची!) व्याख्या मला हवी होती.

त्यामुळे 'प्राण वाचवणं' हा वैश्विक मापदंड म्हणून मला वापरता येणार नव्हता; कारण इतरांचा जीव वाचवण्याची किंवा समस्या कमी करण्याची 'क्षमता' मानवामध्ये अधिक असल्याने मानवप्राण्याच्या आयुष्याचं मूल्य हे मानवेतर प्राण्यांच्या आयुष्याच्या मूल्यापेक्षा वेगळे आहे. या क्षमतेचा फारसा वापर होत नसला तरी, ती अस्तित्वात आहे आणि इतरांच्या तुलनेत मोठ्या प्रमाणात आहे, हे नाकारता येणार नाही.

शारीरिक वेदना सहन करण्याची आपली क्षमता आणि ती वेदना टाळण्याची इच्छा ही सर्वत्र (लिंग, संस्कृती, प्रजाती या सर्वांत!) समान असते, या वास्तवावर माझी मूल्यव्यवस्था आधारलेली आहे. त्यामुळेच मी चांगलं काम करण्यासाठीचा मापदंड म्हणून 'जीवाचं अस्तित्व' याऐवजी 'शारीरिक वेदनेचा अभाव' हा मापदंड निवडला.

अर्थातच, आपण चांगलं काम कोणासाठी करतो आहोत, हे आपण ठरवलं

नाही तर या व्याख्येत काहीशी कमतरता राहणारच.

आपण कोणाला मदत करावी? यावर माझं उत्तर आहे की, 'जे स्वतःची काळजी घेऊ शकत नाहीत, त्यांना!'

त्यामुळे माझ्या दृष्टीने 'चांगलं' म्हणजे 'ज्यांना स्वतःची वेदना कमी करता येत नाही, त्यांना त्यांची वेदना कमी करण्यात मदत करणं.' म्हणजेच, जे माझ्यापेक्षा कमी भाग्यवान आहेत आणि ज्यांना मदत करण्याची माझ्याकडे क्षमता आहे, असे प्राणीमात्र!

> एक अमूल्य नियम लक्षात ठेवा : 'जे तुमच्या बाबतीत व्हायला नको असं तुम्हाला वाटतं, ते इतरांवर लादू नका, आणि जशी मदत तुम्हाला हवी असेल तशीच मदत इतरांना करा.'

आता, निराशेबद्दल बोलू या. अनेक वेळा सुरुवात करण्यापूर्वीच पराभूत झाल्याची भावना आपल्या मनात निर्माण झाल्यामुळे आपल्याला निराशा येते.

आपल्याला वाटतं की, या जगाचं आता काहीच होणार नाही. वैयक्तिक स्वातंत्र्य, वेदना कमी करण्याची साधनं आणि आयुर्मान या गोष्टी जगातील बहुतेक भागांत सुधारल्या आहेत, हे खरंच आहे; पण जेव्हा आपण जागतिक तापमानवाढ, पाणीटंचाई, जमिनीची धूप अशा आताच्या आव्हानांकडे पाहतो, तेव्हा आपलं हे जहाज, म्हणजे आपला ग्रह फार काळ प्रवास करू शकेल का, हे सांगणं कठीण होतं.

मात्र, यामुळे 'चांगलं करण्याच्या' माझ्या धोरणात काही फरक पडत नाही. समजा, जरी पाय मोडल्याने मी रस्त्याच्या कडेला पडलो असेन, तर मला तत्काळ मदत हवी असते! त्यावेळी मला उद्या आपण डबघाईला येणार का, आपलं जग पुढं प्रवास करणार की उद्याच बुडणार, याची पर्वा न करता, उद्या जगाचा अंत होणारच असला तरी त्याक्षणी त्याची चिंता वाटत नाही. मला त्याक्षणी लगेच मदत मिळावी, एवढीच माझी अपेक्षा असते.

म्हणूनच, आपण हे जग सुधारू शकतो, अशी आशा बाळगून चांगलं काम करण्याची आपल्याला गरज नाही; तर जगातील कोणाच्यातरी परिस्थितीत आपण चांगला बदल घडवून आणू शकतो, अशी आशा करायला हवी.

कधीकधी फार जास्त दुःख पाहून आपल्याला नैराश्य येतं. मानवाची रचनाच

अशी आहे की, आपण सकारात्मक गोष्टींपेक्षा नकारात्मक गोष्टींकडे जास्त लक्ष देतो. हे तर्कसंगतही आहे. जेव्हा आपण जंगलात कपड्यांशिवाय किंवा आयफोनशिवाय भटकत होतो, तेव्हा फळांकडे दुर्लक्ष करणं, ही सामान्य बाब होती. पण जे लोक दबा धरून बसलेल्या शिकाऱ्याकडे दुर्लक्ष करतील, त्यांना आपला वंशविस्तार करता येणं शक्य नव्हतं. आपल्या सभोवतीचं वातावरण झपाट्याने बदलत असलं तरी आपल्या मेंदूची घडण अद्यापही तशीच आहे आणि म्हणूनच सकारात्मक गोष्टींपेक्षा नकारात्मक गोष्टी आपलं लक्ष अधिक वेधून घेतात.

त्यामुळंच, ज्या समस्या आपण सोडवू शकतो त्यांच्याऐवजी ज्याबाबतीत आपण काहीही करू शकत नाही, त्याकडे आपलं लक्ष सहज वेधलं जातं.

आणखी एक गोष्ट म्हणजे, एखाद्या लहान समस्येपेक्षा आपलं लक्ष मोठ्या समस्येकडे सहज वेधलं जातं. दंडपाणी नावाच्या एका ज्ञानी साधूने सांगितलं आहे की, ''आपलं भान जिथं असतं तिथंच आपल्या ऊर्जेचं वहन होतं." आपण ज्यांचं निराकरण करू शकत नाही, अशा मोठ्या समस्यांबद्दलच विचार करत राहणं आणि आपण सोडवू शकतो; अशा छोट्या समस्यांकडे दुर्लक्ष करणं, ही स्वतःला विचलित करण्याची आणि आपल्या ऊर्जेचा अपव्यय करण्यास कारणीभूत ठरणारी पद्धत आहे.

एखादी व्यक्ती युद्धामुळे पीडित असलेल्यांना आणि दुष्काळग्रस्त देशांतील लाखो लोकांना मदत करण्यास असमर्थ असली तरी, जर त्या व्यक्तीकडून मला मदत होत असेल, तर मला ती मदत नक्कीच हवी असते. कारण वेदना ही शेवटी वैयक्तिक पातळीवरच जाणवते.

कधीकधी आपली निराशा ही स्वतःला असमर्थ समजण्यामुळे येते, "मी काय करू शकतो?" बुद्धांसारख्या लोकांनीही हे बदलता आलं नाही, तर त्यात मी काय सुधारणा करणार? असं आपल्याला वाटण्याची शक्यता असते किंवा तसं वाटतंसुद्धा!

लक्षात ठेवा, जसा अंधार कायम आहे, तसंच दुःख, हेदेखील स्वाभाविक आहे आणि जोपर्यंत जीवन आहे तोपर्यंत ते असणारच. आपलं काम आहे, प्रयत्नांची धक टिकवून ठेवणं. ही धग केवळ गरजूंना प्रकाश आणि ऊब देणारी नसून, इतरांनाही आग पेटवण्यासाठी प्रेरित आणि सक्षम करेल.

आणखी एक युक्तिवाद मला अनेकदा ऐकायला मिळतो, तो म्हणजे, ज्या

जगात आपल्या भौतिक गरजा या औद्योगिक उत्पादनाच्या साधनांद्वारे (म्हणजे प्राण्यांवर चाचण्या, शेती आणि खोल समुद्रातील मासेमारी वगैरेंद्वारे) भागावल्या जातात, तिथं तुम्ही कितीही प्रयत्न केला तरी वाढत्या लोकसंख्येबरोबर समस्याही वाढतातच.

मी मान्य करतो की वेदना वाढतच आहेत पण जर आपण चांगलं करण्याचा प्रयत्न सोडून दिला तर, जितक्या वेदना वाढतील, तितक्या चांगलं केल्याने वाढत नाहीत.

आता 'चांगुलपणा'च्या प्रकारांबद्दल बोलू या.

चांगुलपणाची विभागणी साधारणपणे, दोन गटांत करता येते. एक म्हणजे अप्रत्यक्ष चांगुलपणा; आपण जे वाईट करू शकलो असतो, ते कमी करून केलेलं चांगलं काम. आणि दुसरा म्हणजे सक्रिय किंवा प्रत्यक्ष चांगुलपणा. यामध्ये आपण इतरांच्या वाईट कर्मांमुळे जे वाईट झालं आहे, ते कमी करण्याचा प्रयत्न करू शकतो.

अप्रत्यक्ष चांगुलपणा

जाणूनबुजून असो किंवा नकळत, आपण नेहमीच कोणत्या ना कोणत्या गोष्टीची निवड करत असतो. आपल्या प्रत्येक निवडीचा सकारात्मक किंवा नकारात्मक परिणाम होतो, त्यामुळे आपण जणू एक अशा शक्तीसारखे आहोत; जी सतत जगावर परिणाम घडवते आणि त्याला चांगल्या किंवा वाईट दिशेने बदलते. जेव्हा आपण एखादी निवड जागरुकपणे करत नाही, तेव्हा आपण गृहीत धरलेल्या पर्यायाचीच निवड करत असतो; मग तो चांगला परिणाम करणारा असो की वाईट. त्यामुळे जागरुक राहून शक्य तितका कमी वाईट पर्याय निवडणं, हे माझं उद्दिष्ट आहे.

याचा अर्थ कधीकधी, अनावश्यक उपभोग टाळणं, असाही होऊ शकतो. उदाहरणार्थ, गरज नसताना उगाचच जॅकेट खरेदी न करणं. कधीकधी यात असंही होऊ शकतं की, तुम्हाला गरज असली तरी तुम्ही कमी किंवा अजिबात त्रासदायक नसलेला पर्याय निवडू शकता. म्हणजे याच उदाहरणावरून पाहायचं झाल्यास, तुम्ही एखाद्या मित्राकडून तो वापरत नसलेलं जुनं जॅकेट आणून वापरू शकता.

‘आणखी हवं, आणखी हवं, आणखी हवं,’ या ग्राहककेंद्री संस्कृतीला प्रत्युत्तर म्हणून ‘आणखी कमी, आणखी कमी, आणखी कमी,’ या विचाराने पर्यायी संस्कृतीची चळवळ सुरू होते. नवीन खरेदी करण्यास नकार देणं, आधीपासून अस्तित्वात असलेल्याचा पुनर्वापर करणं अशा पर्यायांमुळे तुमचा उपभोगवाद कमी होतो. या मूक बंडात अनेक लोक आधीपासूनच सहभागी झालेले आहेत. काळ बदलतो आहे.

प्रत्येक गोष्टीत ‘वेदनेच्या पाऊलखुणा’ असतातच, त्यामुळे मी माझ्या निवडी ‘करायच्या की नाही,’ अशा दोन टोकांच्या स्वरूपांत पाहत नाही, तर ‘कमी वाईट’ ते ‘जास्त वाईट’ अशा श्रेणीत पाहतो. अन्न वितरणासाठी असलेल्या जाळ्यामुळे खाणी आणि पर्यावरणाचा नाश अपरिहार्य आहे, पण अन्न मिळविण्यासाठी वेदनामुक्त असा कोणताच मार्ग नाही. पण, आधी प्राण्यांना सोयाबीन खायला घालून मग त्या प्राण्यांना खाण्यापेक्षा, आधीच आपण सोयाबीन खाणं हे प्राणी खाण्यापेक्षा नक्कीच चांगलं आहे; कारण प्राणी खाण्यामध्ये केवळ धान्य उत्पादनातील त्रासच नाही तर, कारखान्यातील उत्पादन आणि प्राण्यांच्या हत्येमधील वेदनाही समाविष्ट असते. म्हणून प्रत्येक कृती करताना आपण आधी हे पाहिलं पाहिजे की, ती कृती आवश्यक आहे का, आणि नंतर त्या कृतीच्या अंमलबजावणीची कोणती पद्धत कमी वेदना निर्माण करते. आपण दुःख किंवा वेदना निर्माण न करता जगू शकत नाही, ही बाब आपल्याला अधिक जागरूकपणे जगण्यास प्रवृत्त करणारी हवी, वेदनांकडे दुर्लक्ष करून हवं तसं जगण्याची ही मुभा देणारी नव्हे.

अप्रत्यक्ष चांगुलपणा कृतीत उतरवणं हे एखादं ‘ध्येय’ नसलं तरी जीवनशैलीचा एक पर्याय आहे आणि तो अत्यंत प्रभावी आहे. जेव्हा आपण अप्रत्यक्ष चांगुलपणाची जीवनशैली निवडतो; म्हणजेच, अनावश्यक हानी कमी करण्यासाठी आपल्या उपभोगाबद्दल जागरूक राहतो, तेव्हा आपण आपल्यामुळे निर्माण होणाऱ्या ‘वेदनेच्या पाऊलखुणांत’ लक्षणीय घट करतो.

जागरूकपणे निवड करण्यासाठी केवळ वेळच (जो आपल्याकडे नेहमी नसतो.) नाही तर, त्यासाठी प्रयत्नांचीही आवश्यकता असते. आपण घाईत असताना, थकलेलो असताना किंवा भावनेच्या भरात असताना निर्णय घेणं सहसा कठीण असतं. सर्वसाधारणपणे विचार करता, जेव्हा एखादा व्यवहार्य पर्याय

उपलब्ध असतानाही आपण सोईस्कर पर्याय निवडतो, तेव्हा आपण अप्रत्यक्ष चांगुलपणाने वागण्याची संधी सोडून देत असतो. हे म्हणजे, हॉटेलमधून अन्नपदार्थ घेऊन जाताना ते नेण्यासाठी वापरून फेकून दिल्या जाणाऱ्या पिशव्यांसारख्या वस्तू घेण्याऐवजी स्वतःची पिशवी, पाण्याची बाटली आणि डबा आठवणीने आणि थोडा त्रास सहन करूनही घेऊन जाणं, यासारखं आहे. आपण बाजारात वाहनाने जाण्याऐवजी पायी जाण्याचा पर्याय निवडू शकतो. काहीवेळा घाईची वेळ असणं किंवा शारीरिक शक्ती कमी असणं, अशी कारणं असूही शकतात; मात्र, बहुतेक वेळा तुम्हाला हे जाणवेल की, या कारणांव्यतिरिक्त अन्यवेळी हा मुद्दा त्याच्या परिणामाचा विचार करून जागरूकपणे निर्णय घेण्याचा आहे, फक्त सहजसोपा पर्याय निवडण्याचा नाही. एकदा ती सवय लावली की काही काळानंतर तुमची बुद्धी तुमच्या निर्णय घेण्याच्या पद्धतीला ओळखू लागते. शेवटी ती तुमची ओळख बनते आणि तुम्ही अशा निवडी सहज आणि अंतःप्रेरणेने करू लागता.

कधीकधी, विशेषतः जेव्हा आपण एखाद्या गोष्टीला नुकतीच सुरुवात करतो, तेव्हा आपण एखादी कल्पना इतकी रेटतो की, ती व्यवहार्य राहात नाही आणि मग आपण ती पूर्णपणे सोडून देतो. पूर्णपणे पर्यावरणपूरक राहण्यासाठी तुम्हाला दिवसाचा बराच वेळ द्यावा लागत असेल, तर लवकरच तुम्हाला जाणवेल की तुम्ही ती जीवनशैली कायमस्वरूपी टिकवू शकत नाही. तुमची ऊर्जा आणि वेळ हेही मौल्यवान आहेत, हे कोणताही निर्णय घेताना तुम्ही लक्षात ठेवायला हवं. वेळ आणि ऊर्जा केवळ आपलीच नाही, तर इतरांचीही खर्च होत असते.

याउलट केलेला विचार हा आपल्याला सुख-सुविधांच्या निसरड्या वाटेवर घेऊन जातो. सोईस्कर पद्धतीने काही करणं, म्हणजे कमी ऊर्जा आणि कॅलरी खर्च केल्याने जो काही परिणाम साधेल, तेवढा परिणाम साधणं. मात्र, जर सोईस्कर म्हणून आपण आपला वेळ फक्त स्वतःचं मनोरंजन करण्याचे मार्ग शोधण्यात घालवणार असू आणि पोटाचा वाढता घेर वाढवणार असू आणि त्यातून कॅलरीजच वाढणार असतील, तर अशी सोय शोधणं हे उपयोगाचं नाही.

याउलट उदाहरण द्यायचं झाल्यास, मी जवळच्या झऱ्यातून माझं

पिण्याचं पाणी आणू शकतो आणि त्यामुळे पंप लावून जमिनीतून पाणी उपसून घेण्यासाठी वापराव्या लागणाऱ्या विजेचा वापर करावा लागणार नाही आणि त्यामुळे निर्माण होणाऱ्या वेदनेच्या पाऊलखुणा कमी होऊ शकतात. पण मी तसं करत नाही. त्याऐवजी मी ठरवलं आहे की, तो वेळ आणि ऊर्जा मी आमचं प्राणी-रक्षणाचं कार्य आणि जनजागृती संस्थेचं काम अधिक परिणामकारकपणे करण्यासाठी वापरेन.

पाणी उपसण्यासाठी वीज वापरावी लागल्यामुळे प्रत्यक्षात-अप्रत्यक्षात निर्माण होणाऱ्या वेदनेच्या प्रमाणाची आणि त्या एका तासात मी टाळू शकणाऱ्या दुःखाच्या प्रमाणाची अचूक 'गणना' करणं अवघड असलं, तरी आपल्याला दोन्ही परिस्थितींमध्ये जगाचा विचार करावा लागतो. मी रोज झऱ्यातून पाणी आणलं तरी, जोपर्यंत ही पद्धत सर्वत्र व्यापक स्वरूपात रूढ होत नाही, तोपर्यंत विजेचा वापर आणि त्यामुळे होणारं दुःख तसंच असेल. किती प्राण्यांना त्याचा त्रास भोगावा लागेल, ती संख्या तशीच राहील. पण जर मी तो वेळ प्राणीरक्षण आणि जनजागृतीसाठी वापरला, तर दररोज निदान एका तरी प्राण्याचे दुःख कमी होईल आणि मी जेव्हा इतर कोणाला तरी इतरांना होणारा त्रास कमी करण्यासाठी प्रवृत्त करेन, तेव्हा कदाचित एका दिवसात अनेक जणांचा त्रास कमी करता येणं शक्य होईल.

थोडक्यात, आपण चांगलं काम करत असतानाच इतरांनाही तसं करण्यासाठी प्रवृत्त करू शकलो, तर आपण आपल्या वैयक्तिक बंडखोरीच्या कृतीला एका चळवळीत रूपांतरित केलं असं म्हणता येईल. हा आपला अप्रत्यक्ष चांगुलपणाकडून सक्रिय किंवा प्रत्यक्ष चांगुलपणाकडे प्रवास सुरू होईल.

सक्रिय चांगुलपणाबद्दल सविस्तर बोलण्याआधी, अप्रत्यक्ष चांगुलपणाचा अजून एक पैलू आहे, त्या विषयी जरा बोलू. हा विशेष पैलू म्हणजे केवळ आपण कसा उपभोग घेतो, यापुरते मर्यादित राहायला नको, तर आपण कसं उत्पादन करतो इथपर्यंत आपण अप्रत्यक्ष चांगुलपणाचा किंवा चांगल्या कामाचा विस्तार शकतो!

तुम्ही असा व्यवसाय सुरू करण्याचा निर्णय घेतला की ज्यामध्ये लोकांना त्यांच्या एखाद्या उपभोगाच्या वस्तूसाठी पर्याय दिला जातो आणि आधीपासून

बाजारात असलेल्या उत्पादनापेक्षा तुमच्या उत्पादनाच्या निर्मितीप्रक्रियेत वेदनेच्या पाऊलखुणा कमी असतील, तर तुम्ही चांगलं कामच केलं आहे. मग, भलेही तुमचं उत्पादन हे बाजारातील त्या अन्य उत्पादनांपैकी एक असेल जे फारसं चांगलं नाही, तरी त्याद्वारे मिळणारे पैसे त्याचा वाईट वापर करणाऱ्या कंपनीकडे जाण्यापासून तुम्ही रोखता आणि त्यामुळे तुम्हाला सत्कर्म करण्यास मदत होईल. हे अप्रत्यक्ष केलेलं सत्कर्मच आहे.

प्रत्यक्ष चांगुलपणा

माणसं जगताना एकप्रकरे गुंतागुंतीचं जीवन जगतात, हे जरा हास्यास्पद आहे. त्या जगण्यासाठी तंत्रज्ञान, कायदे, अर्थव्यवस्था, वित्तीय बाजारपेठा, धर्म, राजकारण, युद्ध, दडपशाही, मनोरंजन, अमली पदार्थ, खाणकाम, ऊर्जा निर्माण करण्यासाठी अणू विभाजन करणं आणि कल्पना करता येतील, अशा जवळजवळ सर्व प्रकारचा विनाश आणि हिंसेचा आधार घेतला जातो. बरं, विशेष म्हणजे हे सगळं फक्त अशा जीवनासाठी जे इतर प्रत्येक सजीवाच्या खाणं, जगणं आणि प्रजनन करणं, या जगण्याच्या मूलभूत चौकटीप्रमाणेच आहे.

हे करत असतानाच, आपण माणसांमध्ये असलेल्या एकमेवाद्वितीय क्षमतेकडे दुर्लक्ष करतो. ती क्षमता म्हणजे कमी वेदना निर्माण होतील आणि स्वतःची वेदना कमी न करू शकणाऱ्यांना कमी वेदना होतील, अशा पर्यायाची निवड करण्याची क्षमता.

सक्रिय चांगुलपणा म्हणजे एखाद्या परिस्थितीत जाणीवपूर्वक हस्तक्षेप करून त्या परिस्थितीत असलेल्या वेदनेचं प्रमाण कमी करणं. इथं एक रंजक गोष्ट लक्षात घेण्यासारखी आहे, ती म्हणजे, मानवी इतिहासात 'चांगलं' म्हणून ज्या गोष्टी गौरवण्यात आल्या आहेत त्यांपैकी बहुतेक गोष्टी या प्रामुख्याने आपण केवळ या ग्रहावर आपल्या प्रजातीची वसाहत निर्माण करून ती सुस्थिर करण्यासाठीच केलेल्या आहेत. त्यामुळे जेव्हा तुम्ही फक्त मानवजातीसाठीच नव्हे तर सर्व प्राणिमात्रांसाठी काहीतरी चांगलं करण्याचा विचार करता, तेव्हा तुमच्या लक्षात येईल की, आपण या प्राणिमात्रांच्या वेदना कमी करण्यासाठी जे काही करतो त्यापैकी बऱ्याच वेदना निर्माण होण्याच्या मुळाशी आपण म्हणजे मानवच आहे.

मी अल्पकालीन आणि दीर्घकालीन कृती अशा 'दुहेरी' आघाडीवर काम करण्याचं धोरण अवलंबायला शिकलो आहे. मी माझ्यासमोर असलेली बिघडलेली

गोष्ट तत्काळ दुरुस्त करण्यात वेळ खर्च करतो, पण त्याचबरोबर मला हेही माहीत असतं की, जी गोष्ट मी दुरुस्त करतो आहे, ती एखाद्या मोठ्या समस्येची लक्षणं आहेत. त्यामुळे त्या लक्षणांना कारणीभूत असलेल्या मोठ्या समस्येवरही मी हळूहळू काम करतो.

उदाहरणार्थ, तुम्हाला एखादं कुत्र्याचं पिल्लू आजारी दिसलं ज्याची आई आजूबाजूला नाही तर, परिस्थितीनुसार आपण त्या पिल्लाला खाऊ घालू शकतो किंवा त्याला सुरक्षित आणि उबदार ठिकाणी ठेवण्याचा प्रयत्न करू शकतो. त्याबरोबरच आपण त्याला दत्तक घेण्यासाठी एखादं प्रेमळ आणि चांगलं कुटुंब शोधण्याचाही प्रयत्न करू शकतो.

पण अशी पिल्लं वारंवार दिसत असली तर तुम्हाला कळेल की नसबंदी न केलेल्या मादी कुत्र्यांची संख्या ही खरी आणि मोठी समस्या आहे. त्या वर्षातून दोनदा सहा ते आठ पिल्लांना जन्म देतात. जितक्या जास्त मादी कुत्र्यांची नसबंदी आपण करू शकतो, तितकी कमी पिल्लं अशा परिस्थितीत सापडतील. त्यामुळे पिल्लाला मदत करताना, त्यांच्या वेदना कमी करणं हा अल्पकालीन दृष्टिकोन आहे आणि लोकसंख्या नियंत्रणासाठी नसबंदी करणं ही दीर्घकालीन उपाययोजना आहे.

इथं मला एक गोष्ट स्पष्ट करायला आवडेल की, कधीकधी लोक 'मूळ समस्या' शोधण्याच्या जाळ्यात अडकतात आणि मग काहीही साध्य न करता फक्त त्याच त्या जागी फिरत राहतात. जेव्हा तुम्ही एखाद्या समस्येचं निराकरण करण्यासाठी तिच्या मूळ स्रोताकडे पाहायला सुरुवात करता, तेव्हा बहुतेक समस्यांचं 'मूळ कारण' हे अशा अनेक लोकांपर्यंत जाऊन पोहोचतं ज्यांच्यात करुणा नसते, कारण त्यांच्याकडे सहानुभूती, विचारशक्ती, जागरूकता किंवा शिस्त यांचा अभाव असतो. तुम्ही उदाहरण म्हणून महिलांची सुरक्षितता, प्राण्यांवरील क्रूरता, पर्यावरणाचा ऱ्हास, गरिबी यांपैकी काहीही घ्या!

यावर वैयक्तिक पातळीवर उपाय नक्कीच आहे, पण तुम्ही प्रत्येकाला त्यांची मानवी मर्यादा ओलांडून अधिक करुणामय व्यक्ती बनण्यासाठी प्रवृत्त करू शकत नाही. त्यामुळे 'दीर्घकालीन' दृष्टिकोन म्हणजे मूळ समस्येचं निराकरण नव्हे, तर तत्काळ तोडग्यापेक्षा थोडं वरचं किंवा असं काहीतरी, ज्याचा परिणाम अधिक काळ टिकेल आणि ज्यावर पुढे काम करता येईल.

मी दोन्ही गोष्टींवर एकाचवेळी काम करतो. माझा जिथं उपयोग आहे, तिथून सहज निघून जाणं माझ्यासाठी अवघड असतं आणि दुसरं म्हणजे समस्या तत्काळ

सोडवल्याने एक वेगळंच भावनिक समाधान मिळतं.

उदाहरणार्थ, तुम्हाला एखाद्या व्यक्तीबद्दल समजलं की ज्याला सरकारी रुग्णालयात उपचार नाकारले गेले आहेत आणि त्यामुळे तुम्ही सार्वजनिक आरोग्य सुविधा सुधारण्याची जबाबदारी घ्यायची ठरवता. तरीही, तुम्हाला त्या व्यक्तीला आजच आवश्यक ते उपचार मिळवून द्यावेसे वाटणार ना किंवा मिळवून द्यावे लागणार ना. सार्वजनिक आरोग्य व्यवस्था सुधारली की उपचार मिळतील, असं तुम्ही त्या व्यक्तीला सांगू शकत नाही.

आयुष्यातील दुःख कमी करण्यासाठी स्वतःला झोकून देणं आपल्यातील सर्वांनाच जमेल असं नाही प्रत्येकाची परिस्थिती वेगळी असू शकते. मात्र, याचा अर्थ असा नाही की आपण आता काहीच करता येणार नाही म्हणून त्या वेदनेसमोर असाहाय्य होऊन जावं. अर्थात, व्यक्ती हा संस्कृतीचा, समाजाचा मूलभूत घटक असला तरीही वैयक्तिक बदलाला आपण 'उपाय' मानत नाही, कारण निवडक व्यक्ती असा बदल घडवून आणू शकतात, असं आपल्याला वाटत नाही.

उदाहरणार्थ, मी कामावर जाण्यासाठी माझ्या खासगी वाहनाऐवजी मेट्रोने जायला सुरुवात केली किंवा स्कूटीऐवजी सायकलने बाजारात जाणं सुरू केलं, तरी मला माहीत आहे की, लोकसंख्येच्या तुलनेत माझ्या या कृतीने मूळ समस्येवर याचा विशेष काही परिणाम होणार नाही. कारण पुरेशा प्रमाणात लोक हे करणार नाहीत. काही बदल प्रभावी होण्यासाठी एक ठराविक पातळी गाठणं आवश्यक असते आणि ते केवळ सामूहिक कृतीनेच शक्य असतं, जे दुर्दैवाने आपण घडवून आणू शकत नाही; पण अशी काही कामं आहेत जी तुम्ही करू शकता, ज्यामुळे सांस्कृतिक बदलाची शक्यता निर्माण होऊ शकतं आणि जरी ती शक्यता प्रत्यक्षात आली नाही, तरीही ती स्वतंत्र कृती म्हणून कोणाचं तरी दुःख कमी करण्यास प्रभावी ठरेल.

'घे-घे-घे' या सर्वव्यापी प्रवृत्तीला 'दे-दे-दे'ने प्रत्युत्तर द्या. तुमच्या आयुष्यात असा एकही दिवस नसतो, जेव्हा तुम्ही कोणाला मदत करण्यासाठी काही देऊ शकत नाही. तुमच्या आयुष्यात सहज

सामावून घेता येणाऱ्या तीन गोष्टी अशा आहेत —

भुकेल्यांना अन्न द्या : दोन पोळ्या नेहमी सोबत ठेवा. त्या एखाद्या भटक्या गायीला किंवा कुत्र्याला द्या. गाय तर पोळ्या खातातच आणि भुकेला असेल, तर कुत्राही पोळी खाईल.

तहानलेल्या लोकांना पाणी द्या : प्राण्यांना पाणी पीण्यासाठीची जी भांडी असतात ती कायम भरून ठेवा. एखादी पाण्याची बाटली तुमच्या जवळही ठेवा. ट्रॅफिक सिग्नलवर उभ्या असलेल्या एखाद्या मुलाला ती देता येईल, कारण त्यांना स्वच्छ पाणी मिळत नाही. अथवा श्वान किंवा पक्ष्यांसाठी ठेवलेल्या पाण्याच्या भांड्यात ते पाणी ओतता येईल.

ज्यांना प्रेम मिळत नाही, त्यांना प्रेम द्या : भटक्या कुत्र्यांना खायला देणाऱ्या लोकांकडेही त्यांना गोंजारण्यासाठी वेळ नसतो. तुमच्या घराजवळ किंवा ऑफिसजवळ एखादा कुत्रा असेल, ज्याला तुम्ही मित्र बनवून एक-दीड मिनिटं गोंजारलं तरी, त्याला ते प्रेम दिवसभरासाठी पुरेल आणि तुमच्याही चेहऱ्यावर समाधान दिसेल.

तुम्ही एखाद्याच्या परिस्थितीमध्ये आमूलाग्र बदल घडवून आणू शकत नसाल तरीही, त्यात थोडी तरी सुधारणा नक्कीच करू शकता.

म्हणून सर्व 'सेवा कार्य', मग ती वैद्यकीय मदत असो, कायदेशीर मदत असो किंवा बचावकार्य, हे अल्पकालीन असतं.

'अल्पकालीन' म्हणजे 'कमी चांगलं' असे समजण्याचं कारण नाही. केवळ अल्पकालीन चांगलं करूनही तुम्ही खूप चांगलं कार्य करू शकता. तुम्ही तुमचं सेवाकार्य नियोजनबद्ध पद्धतीने करून त्याचा विस्तार करू शकता आणि त्यामुळे हजारो लोकांना अत्यावश्यक मदत मिळेल. तसंच तुम्ही तुमचं अल्पकालीन चांगलं काम अशा एका आराखड्यात रूपांतरित करू शकता, जेणेकरून इतर लोकांनाही त्याचं अनुकरण करता येईल आणि तुम्ही सुरू केलेल्या कामाचाच आणखी विस्तार करण्याची त्यांना प्रेरणा मिळेल.

अल्पकालीन चांगल्या कामात एक गोष्ट मात्र अशी असते की, जरी आपण सुरू केलेल्या कार्यासाठी एक संस्था स्थापन केली, तरी संस्थापक गेल्यानंतर या कामातला आत्मा निघून जातो.

दीर्घकालीन चांगलं म्हणजे जेव्हा तुम्ही एखादी गोष्ट एकदाच कायमस्वरूपी

बदलता किंवा सोडवता. जनजागृती मोहिमा, सामाजिक संघटना आणि धोरणबदल यांसारख्या गोष्टींच्या एकत्रित प्रयत्नांनी हे साध्य होतं.

उदाहरणार्थ, सतीची प्रथा (पतीच्या मृत्यूनंतर विधवेला जिवंत जाळणं.) भारतात बंद झाली, ते राजा राममोहन रॉय आणि इतर समाज सुधारकांच्या प्रयत्नांमुळे शक्य झाले.

कोणत्याही चळवळीच्या निर्मितीसाठी लागणाऱ्या प्रयत्नांत, मग ते भारताच्या स्वातंत्र्याचं आंदोलन असो, २०व्या शतकातील महिलांच्या हक्कांचं आंदोलन असो किंवा आजचा प्राणी हक्कांचा लढा असो; एक गोष्ट लक्षात ठेवावी की, तुम्हाला नेहमीच त्याचा अंतिम परिणाम पाहायला मिळेलच, असं नाही. याचा विचार एक रिले शर्यतीसारखा करा. तुमचं उद्दिष्ट म्हणजे बॅटन हातात घेऊन शक्य तितक्या पुढे न्यायचं आणि नंतर तो पुढच्या व्यक्तीकडे सुपूर्द करायचं, हे असतं.

कदाचित तुम्ही अशी व्यक्ती बनू शकता, जी एखाद्या समस्येबाबत सर्वसामान्य लोकांमध्ये जागृती निर्माण करेल आणि त्यामुळे त्या समस्येवर तोडगा काढण्यासाठी जनमानस तयार होईल. किंवा तुम्ही अशी व्यक्ती असाल जी त्यांना मिळालेल्या सार्वजनिक पाठिंब्याचा वापर करत धोरणबदलासाठी कायदेशीर मार्गाने प्रयत्न करेल. तुम्ही ती व्यक्ती असाल जी धोरणाचा उपयोग करून एखादी क्रूर प्रथा प्रत्यक्षात थांबवेल.

उदाहरणार्थ, 'वाइल्ड लाइफ एसओएस' या संस्थेने भारतात २००२मध्ये राबवलेल्या मोहिमेमुळे रस्तोरस्ती अस्वलांचे खेळ करण्याची क्रूर प्रथा २००९मध्ये संपुष्टात आली. यामुळे अनेक अस्वलांची या कचाट्यातून मुक्तता झाली. त्या आधी शेकडो वर्षांपासून मादी अस्वलांना मारून टाकत तिच्या पिल्लांना पकडलं जाई आणि त्यांच्याकडून खेळ करवून घेण्यासाठी गरम सळईचा वापर करून त्यांच्या नाकाला छिद्र पाडणं किंवा दात पाडणं, असे भयानक प्रकार केले जात असत. हा बदल १९७२मध्ये अमलात आलेल्या भारताच्या वन्यजीव संरक्षण कायद्यामुळे झाला. आणि या कायद्याची मुळं ही १८८७मध्ये काही वन्यपक्षी संरक्षणासाठी निर्माण झालेल्या गरजेत होती.

समस्येचं स्वरूप काय आहे, यांवर दीर्घकालीन बदल घडवण्याची पद्धत ठरते. काही मुद्द्यांसाठी तळागाळातील पद्धत अधिक परिणामकारक ठरते. उदाहरणार्थ, तुम्ही रस्त्यावरचा कचरा कमी करण्याचा प्रयत्न करत असाल, तर प्रभावी जनजागृती मोहिमा आणि चळवळ उपयोगी पडू शकते. १९८०च्या

दशकात राबवली गेलेली 'डोन्ट मेस विथ टेक्सास' ही मोहीम त्याचंच एक उदाहरण आहे. पण जर तुम्हाला अधिक व्यापक पर्यावरणीय उद्दिष्ट साध्य करायचं असेल, म्हणजे जिथं आव्हान एखाद्या व्यक्तीचं नाही तर बड्या कंपनीचं असतं, तर 'टॉप-डाउन पॉलिसी' (वरून खाली जाणारा धोरणात्मक बदल.) आवश्यक ठरते.

तुम्ही एखादं नवीन संशोधन करूनही दीर्घकालीन चांगलं काम करू शकता. उदाहरणार्थ, १८४६मध्ये डॉ. मॉर्टन यांनी भूल देण्याचं औषध शोधून काढलं. त्याचा फायदा अब्जावधी माणसं आणि प्राण्यांच्या वेदना कमी करण्यासाठी होत आहे.

चांगुलपणा करण्याचा, पण बहुतेकदा दुर्लक्षित राहणारा आणखी एक मार्ग म्हणजे उद्योग. उदाहरणार्थ, 'बिक' या कंपनीने आधीपासून अस्तित्वात असलेल्या 'बॉलपॉईंट' पेनमध्ये सुधारणा करत सर्वांना परवडेल अशा कमी किमतीमध्ये पेन बाजारात आणले. याचा साक्षरतेवर मोठा सकारात्मक परिणाम झाला.

मात्र, उद्योग हा निसरडा मार्ग ठरू शकतो. तुम्हाला खात्री करावी लागते की, तुम्ही सुरू करत असलेली गोष्ट ही योग्य कारणांसाठी आहे आणि तिचा वापर त्याच्या सकारात्मक परिणामांच्या आडून तुमचा पैसा-केंद्रित उपक्रम चालवण्यासाठी तर होत नाही ना? तुमचा मुख्य उद्देश तुमच्या निर्णयप्रक्रियेला दिशा देतो आणि तो उद्देश खरोखर चांगला असायला हवा. तुम्हाला तुमच्या उद्योगामुळे निर्माण होणाऱ्या वेदनेच्या पाऊलखुणा ध्यानात घ्याव्या लागतील आणि जग त्यासह चांगलं आहे की त्याशिवाय, हेही प्रामाणिकपणे तपासावं लागेल.

तुमचा दृष्टिकोन तयार करण्यासाठी तीन सल्ले :

१. एक व्यक्ती म्हणून विचार करा, व्यवसाय म्हणून नाही. उदाहरणार्थ, तंत्रज्ञ प्रत्येक समस्या तंत्रज्ञानाच्या मदतीनं सोडवायचा प्रयत्न करतात; पण हे नेहमीच शक्य होतं असं नाही. म्हणजे, प्रत्यक्ष काम करणाऱ्या प्राणीप्रेमींची संख्याच कमी असेल, किंवा त्यांच्याकडं साधनांची कमतरता असेल, तर जखमी भटक्या प्राण्यांबाबत तक्रार नोंदवण्यासाठी ॲप बनवणं, हे तितकसं उपयुक्त ठरत नाही. तुमच्याकडं असलेल्या कौशल्यांचा मित्र म्हणून वापर करा, पण त्यांच्यामुळं तुमच्या कामाची

व्याप्ती मर्यादित होऊ देऊ नका.
२. परिणामांचा विचार करण्याची पद्धत वापरा. तुमच्या कृतींचा परिणाम काय होऊ शकतो, याचा अंदाज तर्कसंगत मर्यादित राहून काढण्याचा प्रयत्न करा.

उदाहरणार्थ, रोजगारनिर्मिती ही मूलतः चांगली गोष्ट आहे का? त्यामुळे कुटुंबाचं दुःख दूर होईल की मद्यपानात वाढ होईल? याची हमी देता येत नसली तरी, या विचारप्रक्रियेचा उपयोग महिलांसाठी अधिक रोजगारनिर्मिती करण्यासारख्या निर्णयांमध्ये होतो. अभ्यासातून असं दिसून आलं आहे की महिला त्यांच्या उत्पन्नाचा अधिक भाग स्वत:वर खर्च करण्यापेक्षा मुलांचं शिक्षण वगैरेसारख्या आपल्या कुटुंबाच्या कल्याणावर खर्च करतात.
३. अखेर, तुम्ही जे काही करणार असाल आणि ते अर्थपूर्ण झालेलं हवं असेल, तर इतर कोणीही करायला तयार नाही, असं काम निवडा. जर कोणी इतर व्यक्ती तेच काम करण्यास उपलब्ध, इच्छुक आणि सक्षम असेल, तर तुमचा वेळ तुम्हाला दुसऱ्या कोणत्यातरी समस्येवर खर्च करता येईल. तुम्हाला अर्थपूर्ण जीवन जगायचं असेल, तर ज्या कामाला कोणीही हात घालण्यास तयार नाही, असं काम तुम्ही हाती घ्या.

दीर्घकाळ चांगलं कार्य करणं

तुम्हाला कोणतं काम करायचं आहे आणि तुम्ही काय करू शकता, हे ओळखता येणं म्हणजे हॉटेलमध्ये जाऊन जेवण्यासारखं आहे.

१. **तुमचा उद्देश ठरवा – त्यानुसार व्यंजन निवडा :**
तुम्ही रेस्टॉरंटमध्ये गेल्यानंतर तिथं उपलब्ध असलेल्या अनेक पदार्थांमधून सर्वप्रथम तुम्हाला आवडणारा व्यंजनप्रकार निवडता त्याचप्रमाणे, तुम्ही अनेक मुद्द्यांमधून तुमच्या मनाला सर्वांत जास्त भिडणाऱ्या मुद्दयाची निवड करा - प्राण्यांची मदत करणं, पालक नसलेल्या मुलांना मदत करणं, लैंगिक गुन्ह्यांतील पीडितांना मदत करणं इत्यादी. असा मुद्दा निवडल्याने तुम्हाला पुढे जाण्यासाठी आवश्यक भावनिक प्रेरणा मिळेल.

तुमचा विचार करणारा मेंदू तुमच्या कामाची दिशा ठरवू शकतो, पण जोपर्यंत तुमचा भावनिक मेंदू त्याला साथ देत नाही, तोपर्यंत त्यात प्रगती होणार नाही. हे म्हणजे एखादे श्वान आनंदाने तुमच्याबरोबर चालत येण्याऐवजी त्याला नको असलेल्या दिशेने ओढण्याचा प्रयत्न करण्यासारखं असेल.

२. आपल्या स्वतःच्या आवडीचा कोपरा निवडा - जागा ठरवा :

बाहेर जेवायला जाण्यापूर्वी नेमक्या कोणत्या रेस्टॉरंटमध्ये जायचं हे जरी तुम्ही निश्चित केलं नसलं तरी शहराच्या कोणत्या भागात जेवायला जायचं, हे घरातून बाहेर पडण्यापूर्वीच तुम्ही ठरवलेलं असतं. चांगलं कार्य करण्याच्या संदर्भात, बहुतेकवेळा अशी जागा म्हणजे तुम्ही आधीपासून राहत असलेलं किंवा वैयक्तिक कारणांसाठी तुम्हाला तिथं राहायचं असलेलं ठिकाण असतं.

कधीकधी तुम्ही एखाद्या ठिकाणी जाता, तुम्हाला त्या भागातील समस्या समजते आणि मग ती समस्या सोडवण्यासाठी तुम्ही अल्प किंवा दीर्घ काळासाठी त्याच भागाला तुमचा 'कोपरा' बनवता.

३. समस्येचा विशिष्ट पैलू ठरवा - पदार्थ निवडा :

एकदा का तुम्ही रेस्टॉरंटमध्ये गेलात की, मग तुम्हाला कोणते पदार्थ मागवायचे आहेत, ते तुम्ही ठरवता. तुम्हाला कोणत्या पदार्थांबाबत माहिती आहे, तुम्ही किती प्रमाणात मसालेदार खाऊ शकता आणि तुम्हाला किती खर्च करायचा आहे, यावर ती निवड अवलंबून असते. त्याचप्रमाणे, तुमचा व्यापक उद्देश साध्य करण्यासाठी तुम्ही असंच काहीतरी निवडा ज्याबद्दल तुम्हाला थोडंफार माहीत आहे, जे तुमच्याकडे असलेली क्षमतांशी आणि संसाधनांना सुसंगत आहे.

मी जेव्हा वेदना कमी करायचं माझं ध्येय ठरवलं, तेव्हा सर्वप्रथम श्वानांबरोबर वेळ घालवण्यास सुरुवात केली. मी लहानपणापासून त्यांच्या सहवासातच वाढलो आहे. ते नेहमीच माझ्या आसपास असायचे. लॉरेनसोबत काम केल्यानंतर तर त्यांना मदत कशी करता येईल, हे देखील समजलं.

सर्वांत गुंतागुंतीच्या समस्येपासून सुरुवात करण्याची गरज नाही. रस्ता खोदण्यासाठी तुमच्याकडं धारदार उपकरण किंवा अडथळा बाजूला करण्यासाठी तुमच्याकडे डायनामाईट नसेल, तर ज्या दगडांना तुम्ही हलवू शकता त्यावर आधी लक्ष केंद्रित करा. म्हणजेच, अशी लढाई निवडा ज्यात तुम्ही खरोखर काही तरी बदल घडवू शकता. नाहीतर सगळे श्रम न हलणाऱ्या

अडथळ्यांवरच वाया जातील.

४. छोटी सुरुवात करा – एक घास घ्या :

जेवणासाठी मागवलेले पदार्थ संपवायचेच असतात, तरीही पहिला घास घेऊनच आपण सुरुवात करतो. त्याचप्रमाणं, आपल्याला आपल्या भागातील आपण निवडलेली समस्या दूर करायची असली, तरी सुरुवात छोट्या गोष्टींनी करा. यामुळे सुरुवात करणं सोपं होईल. पहिलं पाऊल उचलणं जितकं सोपं, तितकी ते पाऊल उचललं जाण्याची शक्यता अधिक असते.

थोडक्यात, जे तुम्हाला पटतं, तुमच्या परिस्थितीला साजेसं आहे आणि तुमच्या संसाधनांशी आणि क्षमतांशी सुसंगत आहे, त्याचीच निवड करा. या गोष्टीकडे एक सुरुवात म्हणून बघा, मर्यादा म्हणून नाही. परिस्थिती बदलता येते. क्षमता विकसित करता येतात. संसाधने मिळवता येतात.

> अर्थात, तुमच्या परिस्थितीमुळे तुम्ही लगेच काहीतरी सुरू करू शकत नसाल, तर आधीपासूनच ते काम करणाऱ्या कोणासोबत तरी हातमिळवणी करा, तुमच्या कौशल्यांचा वापर स्वयंसेवक म्हणून करा किंवा तुमच्याकडील संसाधनांचा इतरांसाठी वापर करा.

काही लोक ठराविक दृष्टिकोन मनात ठेवून कामाला सुरुवात करतात. म्हणजे ते योजना आखतात आणि नियोजनबद्ध पद्धतीने काम करतात. मी तसा नाही. माझ्या गरजा पूर्ण करण्यासाठी, मी आधीपासून योग्य उपाय शोधण्याबाबत आणि त्यांची अंमलबजावणी करण्याबाबत तयारी करत नाही. माझ्याकडे काय आहे आणि त्यातून मी माझ्या गरजा कशा पूर्ण करू शकतो, हे मी आधी पाहतो.

पहिलं पाऊल जास्तीत जास्त लहान आणि सोपं उचला. पहिलं पाऊल उचलल्यानंतरच काही तरी करण्याची प्रेरणा येते. म्हणून, जर तुम्हाला प्राण्यांना मदत करायची असेल, तर एका भटक्या कुत्र्याला खाऊ घालण्यापासून सुरुवात करा.

> कधीकधी लोक कोणतीच सुरुवात करत नाहीत. ते त्यांच्या आयुष्यातील इतर काही गोष्टी संपण्याची वाट पाहत राहतात. पण मी पाहिलं आहे की, जीवनात फार कमी वेळा ठळक टप्पे येतात.

बहुतांश वेळा गोष्टी एकमेकांत गुंतलेल्याच असतात. म्हणून, एक गोष्ट संपण्याची वाट पाहत दुसरी गोष्ट सुरू करायला उशीर करू नका.

काही लोकांना वेदनेच्या पाऊलखुणांमुळेही अडचण येते. त्यांना असं वाटत असतं की ते ज्या कशाचा वापर करत आहेत - फोन, सोशल मीडिया, पॅम्फ्लेट छपाई - हे सर्व दूषित आहे. ते याच चक्रात स्वतःला अडकवतात आणि स्वतःलाच काम करण्यापासून थांबवतात. यात नकारात्मक परिणाम आहेत, पण जर आपण ही साधने जगातील दुःख कमी करण्यासाठी वापरत असू तर ती योग्यच आहेत. गुलामांनी गुलामगिरी मोडण्यासाठी मालकाच्याच साधनांचा वापर करण्यासारखंच हे आहे. ज्या साधनांचा वापर करून मालकाने लोकांना गुलाम बनवून ठेवलं आहे, त्याच साधनांनी इतर गुलामांना मुक्त करणं.

काही महत्वाचे मुद्दे

कोणतंही काम अयशस्वी होण्याचा सोपा मार्ग म्हणजे कामाला मर्यादा न ठेवणं. त्यामुळे हे लक्षात घ्या की, तुम्ही कोणतंही काम करत असाल, तुमच्या क्षमता मात्र नेहमीच मर्यादित असतात. तुमच्याकडे असलेला वेळ किंवा संसाधने किंवा दोन्हींमुळे या मर्यादा येऊ शकतात. उदाहरणार्थ, प्राणी बचाव कार्यात, आपल्याकडं जागेची मर्यादा असते, आपण प्राण्याला वाचविण्यासाठी किती दूरपर्यंत जाऊ शकतो याला मर्यादा असते आणि आपल्या कामाच्या वेळेचीही मर्यादा असते.

त्यामुळं 'नाही' म्हणणं कठीण असलं तरी ते शिकून घेतलं नाही तर, लवकरच तुम्ही थकून जाल आणि करत असलेलं कामही थांबवावं लागेल. वास्तविक, संवेदनशील मन असणं हा गुण आहे आणि त्यामुळेच तुम्ही चांगलं काम सुरू करता. मात्र हाच गुण पुढे तुमच्या कामात अडथळा बनतो. तुम्हाला इतरांचं दुःख सहन होत नाही, म्हणूनच तुम्ही चांगलं काम करू लागता; पण दीर्घकाळ टिकून काम करायचं असेल तर, तुम्हाला थोड्या कठोर मनानं निर्णय घ्यायला शिकावं लागेल.

उदाहरणार्थ, आमच्या हॉस्पिटलमध्ये आम्ही ७० प्राण्यांची काळजी घेऊ शकतो. कधीकधी ही संख्या ८०पर्यंत जाते. आमच्या क्षमतांवर ताण देऊन संख्या ९०पर्यंतही नेता येते; पण त्यापुढे आम्हाला ते शक्यच नसतं. यासाठी

कधीकधी आम्ही रस्त्यावरच जाऊन प्राण्यांना उपचार देतो, किंवा कुणी प्राणी त्यांच्या घरी घेऊन जातात आणि आम्ही तिथं जाऊन उपचार करून येतो. पण हे नेहमी शक्य नसतं. अगदी रस्त्यावरच उपचार करण्यासाठीही अंतराची आणि संख्येची मर्यादा असते.

अनेक वेळा मला जाणवलं आहे की, आदर्श पर्याय उपलब्धच नसतो. 'प्राण्याला रस्त्यावर उपाशी मरू देणं' किंवा 'त्याला सर्वोत्तम जीवन देणं' यातून निवड करण्यासाठी माझ्याकडे पर्याय नसतो. 'काहीही न करणं' किंवा 'त्याचं पोट आज भरणं आणि त्याला आजचा दिवस साजरा करायला मदत करणं' यातूनच मला पर्याय निवडावा लागतो. मी जर प्राणी असतो तर तेच मी इतरांकडून तिच अपेक्षा केली असती.

एखाद्या व्यक्तीने कुत्रा पाळला आहे, पण त्याची योग्य काळजी घेतली जात नाही. तर, कायदेशीर पद्धतीने तो कुत्रा त्याच्याकडून काढून घेणे आणि त्याला चांगल्या घरात देणं, हा आदर्श मार्ग आहे. पण आपल्या देशात कुत्रा पाळणं हे प्रतिष्ठेचं लक्षण मानलं जातं. त्यामुळेच लोक जातीवंत श्वान विकत घेतात आणि अजाणतेपणाने क्रौर्यालाच प्रोत्साहन देतात. शिवाय, चांगली घरं सापडणंही अवघड असते. म्हणून अशा वेळी आम्ही त्या कुत्र्याच्या घरी जाऊन त्याच्या जखमेवर उपचार करतो. परिस्थिती जशी आहे तशीच राहिली, तरी जर ती आधी इतकी वाईट राहिली नाही, तरी आपण काहीतरी चांगलं केलं, असं मानता येईल.

म्हणजेच, 'हे' किंवा 'ते' अशा द्विधा मानसिकतेतून बाहेर पडा आणि परिस्थितीकडे सर्वांत वाईट ते सर्वांत चांगल्या अशा पर्यायांच्या श्रेणीतून पाहा. सर्वोत्तम पर्याय शक्य नसल्यामुळे सर्वांत वाईट परिस्थिती तशीच ठेवण्याऐवजी नंतर उपलब्ध असलेला सर्वोत्तम पर्याय निवडा.

निर्णय घेण्यामध्ये आणखी एक अडथळा म्हणजे परिणामांच्या शक्यता विचारात न घेणं. उदाहरणार्थ, कुत्र्याच्या मादीला होणाऱ्या पिल्लांना चांगलं आयुष्य मिळण्याच्या आशेनं तिची नसबंदी न करणं. वास्तविक, विविध रोग, अपघात किंवा क्रौर्य यामुळे त्या पिल्लांचा मृत्यू होण्याची शक्यता ९० टक्क्यांहून अधिक असते.

जे लोक म्हणतात, "खूप यातना सहन करणाऱ्या प्राण्याला आपण दयामरण देऊ नये, कोण जाणे तो वाचेलही," ते हे लक्षात घेत नाहीत की यातना निश्चित आहेत आणि उपचारानंतर वाचण्याची शक्यताही अत्यंत कमी आहे, तसंच तो प्राणी

वाचला तरी त्याला बरं होतानाच्या काळातील वेदना १०० टक्के निश्चित आहेत.

अनेकदा गोष्टी आपल्या मनासारख्या घडत नाहीत. तर मग खचून न जाता जगायचं कसं? यासाठी त्या परिस्थितीकडे वेगवेगळ्या दृष्टिकोनातून बघायला हवं. 'हे काम घडवून आणणाऱ्या अब्जावधी घटकांपैकी आपण फक्त एक घटक आहोत.' आपण एखादं काम करत असताना, त्या कामातील आपण स्वत:च एकमेव असे घटक आहोत ज्यावर आपण नियंत्रण ठेवू शकतो, म्हणून पूर्ण ताकदीनं ते करायला हवं. पण एकदा निर्णय झाला, की आपलं काम झालं. यानंतर आपण हे लक्षात ठेवलं पाहिजे की, परिणामावर परिणाम करणाऱ्या अब्जावधी घटकांपैकी आपण फक्त एक आहोत.

यासाठी आणखी एक उपयुक्त गोष्ट म्हणजे सूक्ष्म दृष्टी आणि व्यापक दृष्टी यांमध्ये वेळेनुसार बदल करता येणं. एखादं काम पूर्ण करण्यासाठी आपण त्याकडं सूक्ष्म दृष्टीनं पाहात जीव ओतून लक्ष केंद्रित करावं, जणू काही आपल्याशिवाय हे काम होऊच शकत नाही. काम संपल्यावर मात्र व्यापक दृष्टीने पाहावं, आणि त्या मोठ्या चित्रात हा एक छोटा भाग फारसा फरक घडवत नाही, असं मानावं. यामुळे परिणामांबाबत थोडेसं अलिप्त राहूनही आपण जीव ओतून काम करू शकतो.

शेवटी आपण माणूसच आहोत, म्हणून आपल्याला गोष्टी आपल्या मनासारख्या घडाव्यात असं वाटणं स्वाभाविक आहे. जेव्हा तसं होत नाही, तेव्हा त्यातल्या त्यात चांगली बाजू शोधण्याचा प्रयत्न करायला शिकणं गरजेचं आहे. 'सर्व काही घडण्यामागे एखादा हेतू असतो' हा विचार मला बऱ्यापैकी योग्य वाटतो.

आपल्याला आपल्या मनाप्रमाणे गोष्टी घडाव्यात असं नेहमी वाटतं. पण तसं झालं नाही, तर असा विचार करा की, कदाचित हा परिणाम अजून अज्ञात पण आपल्या फायद्याचा असलेल्या गोष्टीकडं नेणारा टप्पा आहे. यामुळे आपल्याला मानसिकदृष्ट्या सावरायला मदत होते.

जेव्हा तुम्ही खूप खचलेले असता

दु:ख प्रचंड आहे आणि आपले प्रयत्न तोकडे आहेत, हे कायम ध्यानात असू द्या. हे मान्य केल्यानं मनावरचा ताण पूर्ण नाहीसा झाला नाही तरी थोडा कमी होतो. काही वेळा इतरांच्या वेदनांबद्दलची आपली सहानुभूती इतकी तीव्र होते, की आपण काम करण्यास असमर्थ होतो आणि जवळजवळ हार मानतो. कुठलीही गोष्ट समजल्याने आपण तिच्या परिणामांपासून पूर्णपणे सुरक्षित होत नाही.

जेव्हा मला माझे सगळे प्रयत्न क्षुल्लक वाटू लागतात, तेव्हा मी स्वतःला आठवण करून देतो की, 'सध्या माझ्या मनात ज्या भावना आहेत, त्या तशा असूनही, मी मदत करत असलेल्या प्राण्यांच्या जागी जायला तयार आहे का?' म्हणजे जरी मी दुःख सहन करत असलो तरी मी ज्या प्राण्यावर उपचार करत आहे, त्याच्या दुःखाहून तर ते मोठं नाही ना? आणि त्यातून माझ्या कामाचं महत्त्व मला जोखता येतं.

मी माझं लक्ष माझ्या 'परिघा'पुरतं मर्यादित ठेवण्याचा प्रयत्न करतो. संपूर्ण जगातील दुःखाशी तुलना केली, तर माझं काम लहान वाटू शकतं; पण माझ्या परिघातील दुःखाशी तुलना केली, तर ते काम फार महत्त्वाचं आणि परिणामकारक वाटतं. तर्कशुद्धपणे विचार केला तर तुम्हाला माहिती असतं की तुम्ही फक्त एका जीवाला मदत केली आहे; पण भावनिक पातळीवर 'पाचपैकी एक' जीव वाचवण्याची भावना आणि 'पाच अब्जांपैकी एक' वाचवण्याची भावना यात खूप फरक पडतो.

मार्गात येणाऱ्या अडचणींमुळे किंवा आपल्या स्वतःच्या जीवनशैलीतून बाहेर पडण्याच्या वेदनांमुळं हे काम कठीण वाटतं. इतकंच नाही तर त्याचबरोबर प्रचंड एकटेपणाही वाटू शकतो. तुम्ही ज्या स्पष्टपणे काही गोष्टी पाहू शकता, त्या दृष्टीनं कोणीही त्याकडं पाहत नसल्याचं तुमच्या लक्षात येतं.

जुनी नाती आता विसंगत वाटू लागतात. ज्या लोकांचा सहवास आधी तुम्हाला उत्साह देणारा वाटत होता, त्यांच्यासोबत वेळ घालवणं आता थकवणारे आणि जड वाटू लागतं. त्यांनाही तुमच्या सहवासात अस्वस्थ वाटतं. कारण तुम्ही आता पूर्वीसारखे राहिलेले नसता. शिवाय, 'चांगल्याचा पाठपुरावा' करण्याच्या तुमच्या धोरणामुळं त्यांना त्यांची जीवनशैली आणि निर्णय, जे एरवी सर्वसामान्य वाटतात ते एकदम फिके वाटू लागतात.

हा एकटेपणा म्हणजे मनाच्या वाढीची तुम्ही चुकवत असलेली किंमत आहे. तुम्ही पुन्हा मागे जाऊन त्यात 'फिट' होऊ शकत नाहीत. एकदा जे शिकलात ते 'विसरू' शकत नाहीत. तुम्हाला फक्त डोळे

झाकून पुढे चालत राहायचं आहे आणि मग तुमची नवी ऊर्जा आणखी अनेक जणांना तुमच्याकडे आकर्षित करेल.

तरीही, जेव्हा तुम्ही पूर्णपणे थकून जाता, तेव्हा सहानुभूतीतून उदासीनतेकडे जाणं साहजिकच आहे. अशा वेळी मी स्वतःलाच एक प्रश्न विचारतो – 'हे नाही तर मग काय? मी काय करेन? माझ्या तत्त्वज्ञान आणि जीवनाच्या उद्देशाशी सुसंगत असा जगण्याचा मार्ग मी कसा शोधेन?' मग मी थोडा विश्रांती घेतो, ऊर्जा परत भरतो आणि पुन्हा सुरुवात करतो. मी थांबूच शकत नाही. अखेर, 'चांगलं काम करण्याशिवाय दुसरं आहेच काय?' चांगलं काही करण्याचा पर्याय सोडून दुसरा मार्गच नाही.

उपोद्‌घात

हे पुस्तक म्हणजे आयुष्य आणि जगणं यांबद्दल गेल्या दहा वर्षांत मला जे काही आकलन झालं, त्याचं सार आहे. हे पुस्तक पूर्ण करायला मला जवळपास दोन वर्षं लागली आणि ते वाचून पूर्ण करायला तुम्हाला यापेक्षा खूपच कमी वेळ लागला असेल. माझ्या शब्दांमुळे एखादा जरी माणूस 'चांगलं करण्यासाठीच मला जगायचं आहे' असं म्हणाला, तर माझा सारा प्रयत्न सार्थकी लागला असं मला वाटेल.

मी हे पुस्तक लिहायला सुरुवात केली; ३ ऑगस्ट २०२३मध्ये. त्या दिवशी मी माझ्या जीवनकथेचं वर्णन करत सलग एकोणचाळीस पाने टाईप केली होती. या गोष्टीचं पुस्तकात रूपांतर करताना मी अनेक लोकांशी संवाद साधला.

विमनस्क झालेले, त्रस्त किंवा स्वतःला नाउमेद समजणाऱ्या, निराश झालेल्या, खचलेल्या अशा लोकांशी मी बोललो. या चर्चांनी मला माझे विचार अधिक व्यावहारिक, सहज आणि उपयुक्त अशा रूपात मांडायला मदत झाली, त्यात केवळ काल्पनिक बौद्धिक चिंतन नव्हतं. काही निष्कर्ष असे आहेत की, जे मला स्वतःशी संवाद साधताना, माझ्या कुत्र्यांना फिरवताना किंवा अगदी मी अंघोळ करताना सापडले आहेत. विचारांचा आणि संवादांचा हा प्रवाह कधीच थांबत नाही. रोजच मला वाटतं, 'हे अजून सुधारता येईल, आणखी स्पष्ट करता येईल.' पण शेवटी, 'आणखी चांगलं हवं' ही भावना 'काम संपलं' या परिणामाचा शत्रू असते, त्यामुळे पुस्तक छापायलाच हवं होतं.

अशाच विचारांची देवाणघेवाण मी पुढेही www.peepalfarm.org/robin इथं करत राहीन. काही प्रश्न असतील तर तुम्ही मला robin@peepalfarm.org वर लिहू शकता.

–आर. एस.

१७ जून, २०२५

लेखक परिचय

रॉबिन सिंह

एकेकाळी हॅकिंग आणि तंत्रज्ञानाच्या क्षेत्रात रमणारे रॉबिन सिंह आज मात्र 'पीपल फार्म' हे प्राणी बचाव केंद्र चालवत आहेत. प्राण्यांबाबत जनजागृती करणे, त्यांच्यावर उपचार करणे, त्या मुक्या जीवांचा आवाज ऐकणे हे काम या केंद्रामार्फत केले जाते. रॉबिन सिंह हे स्वतः त्या केंद्रामध्ये मातीच्या घरात राहतात; स्वतःसाठी धान्य पिकवतात आणि 'कोंम्बुचा' हे पेय तयार करून विकतात.

रॉबिन सिंह यांच्या खडतर करिअरची सुरुवात १९९७मध्ये झाली. इंटरनेट अकाउंट हॅक करणे – बेकायदा सीडी विकणे... हे सगळं सुरळीत सुरू असताना अगदी आश्चर्यकारकपणे एक ई-मेल पाठवताना स्पेलिंग चुकल्यामुळे त्यांना २००३मध्ये अमेरिकेत नोकरीची संधी मिळाली. त्याच वर्षी त्यांनी तंत्रज्ञानाच्या माध्यमातून एक अशी सुविधा उपलब्ध करून दिली; ज्यामुळे स्वतंत्रपणे काम करणाऱ्या हजारो कलाकारांना त्यांच्या डिजिटल कलाकृती थेट ग्राहकांना विकणे शक्य झाले.

सामाजिक चौकटीच्या अनुषंगाने सर्व गोष्टींची परिपूर्णता असूनही २०१०मध्ये रॉबिन सिंह यांना एकप्रकारची अर्थशून्यता भासू लागली आणि त्यामुळेच शाश्वत आनंदाच्या शोधात ते भारतात परतले. या आनंदाचा पाठपुरावा त्यांना त्यांच्या जीवनउद्दिष्टाच्या मार्गावर घेऊन गेला. या मार्गावर चालताना त्यांनी आनंद मिळवण्याचा प्रयत्न सोडून दिला आणि मग त्यांना आनंद गवसला.

सकाळ प्रकाशनाची इतर पुस्तके

- मेलडी इन लिव्हिंग टुगेदर (मराठी)
- आनंदाचे झाड
- स्वतःचे मोल जाणून घेण्यासाठी स्वयम् ३६५
- तंतोतंत - जुळवून घेताना
- अप अगेन्स्ट डार्कनेस
- टर्निंग पॉईंट
- स्वयंविकासाची स्वयं प्रेरणा
- व्यक्तिमत्त्व विकासाचा कोलाज
- रि-स्किलिंग : कामातील प्रगतीसाठी, स्वतःच्या आनंदासाठी
- भावनांच्या जगात
- निर्णय घ्यावा कसा?
- घडवा स्वतःला, फुलवा स्वतःला
- आत्मज्ञानाचे विज्ञान
- अंतर्मनाच्या शक्तीपलीकडील आत्मबळ
- यशस्वी व्हावं कसं?

www.ingramcontent.com/pod-product-compliance
Lightning Source LLC
LaVergne TN
LVHW090357051026
849518LV00006B/2156